श्री गुरु ग्रंथ साहिब एक अवलोकन

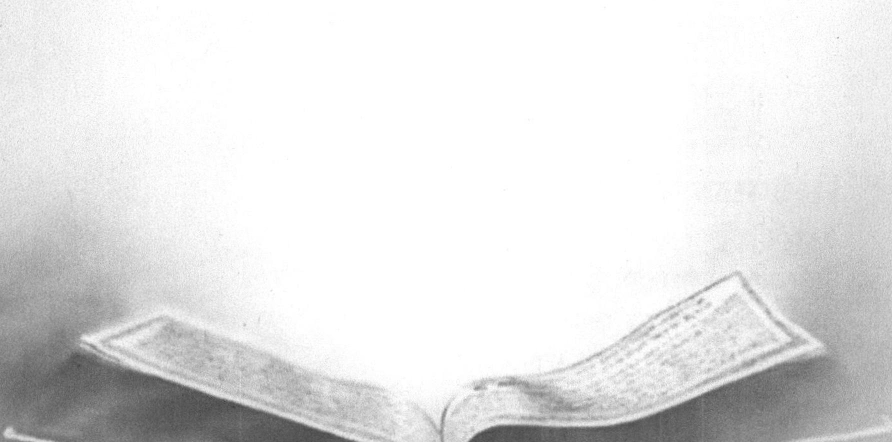

श्री गुरु ग्रंथ साहिब एक अवलोकन

मो कउ तारि ले रामा तारि ले ।
मै अजानु जनु तरिबे न जानउ ।
बाप बीठुला बाह दे ।।१।। रहाउ ।।
नर ते सुर होइ जात निमख मैं, सतिगुर बुधि सिखलाई ।
नर ते उपजि सुरग कउ जीतिओ, सो अवखध मै पाई ।।१।।
जहा जहा धूअ नारदु टेके, नैकु टिकावहु मोहि ।
तेरे नाम अविलंबि बहुतु जन उधरे, नामे की निज मति एह ।।२।।

– नामदेवजी

दिलीपराज प्रकाशन प्रा. लि.™

२५१ क, शनिवार पेठ, पुणे -४११०३०.

दिलीपराज प्रकाशनाची सर्व पुस्तके आता आपण
www.amazon.in वर Online खरेदी करू शकता.
आमच्या वेबसाईटला कृपया एकदा अवश्य भेट द्या.

www. diliprajprakashan.in | Email - diliprajpune@gmail.com
क्रमांक (फॅक्ससहित) २४४७१७२३, २४४८३९९५, २४४९५३१४

श्री गुरु ग्रंथ साहिब एक अवलोकन

दिलीप गोगटे

(धार्मिक)

दिलीपराज प्रकाशन प्रा.लि.
२५१ क, शनिवार पेठ, पुणे-४११०३०.

श्री गुरु ग्रंथ साहिब एक अवलोकन

Shree Guru Granth Sahib : Ek Aavalokan

प्रकाशक : राजीव दत्तात्रय बर्वे । मॅनेजिंग डायरेक्टर
दिलीपराज प्रकाशन प्रा. लि.। २५१ क, शनिवार पेठ,पुणे - ४११०३०.
दूरध्वनी : ०२०-२४४८३९९५,०२०-२४४९५३१४,
०२०-२४४७१७२३ (सर्व फॅक्ससहित)

ISBN : 978 - 93 - 5117 - 137 - 9

लेखक–श्री. दिलीप गोगटे । ४०१, अष्टगंधा फेज-१,
स. नं. ११४/२ भोसले फार्म्स । बाणेर-म्हाळुंगे रस्ता, पुणे - ४११०४५.।
भ्रमणध्वनी : ९८९०६३५७५१ । Email: ddgogte@yahoo.com

प्रथमावृत्ती- १९ मार्च २००७

द्वितीयावृत्ती- १५ जून २०१८

प्रकाशन क्रमांक : २३५७

टाइपसेटिंग : सौ. मधुमिता राजीव बर्वे ।
पितृछाया मुद्रणालय,९०९, रविवार पेठ, पुणे ४११००२.

मुद्रितशोधन : मिलिंद बोरकर

मुखपृष्ठ : सुहास चांडक

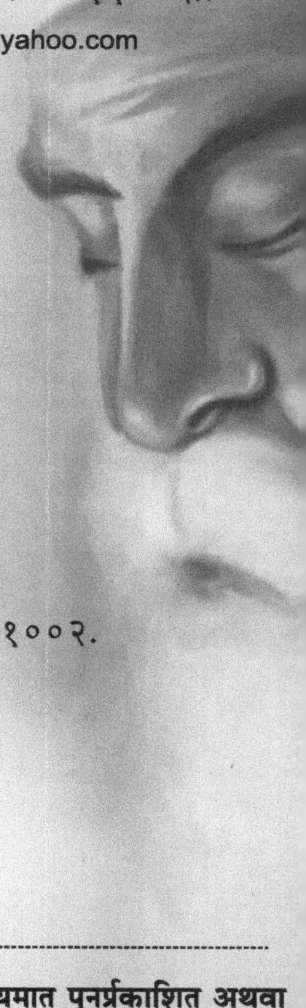

गुरुमाता ती. सौ. इंदिरा अनंत आठवले काकू यांना...

पतिव्रतेचे व्रत आचरूनी प्रपंच सांभाळिला
मनोवृत्त अनुसारी झाली 'अनंत' वर वाढला ।
अखंड सौभाग्य लाभता कृतार्थ जी जाहली
अशी माय इंदिरा 'दिलीप'ने साष्टांगे वंदिली ॥

नाव	जन्म	ब्रह्मलीन	ग्रंथ साहिबमधील पदे
१) श्री गुरू नानकदेव	१४६९	१५३९	९७४
२) श्री गुरू अंगददेव	१५०४	१५५२	६३
३) श्री गुरू अमरदास	१४७९	१५७४	९०७
४) श्री गुरू रामदास	१५३४	१५८१	६७९
५) श्री गुरू अर्जुनदेव	१५६३	१६०६	२२१८
६) श्री गुरू हरगोविंद	१५९५	१६४४	---
७) श्री गुरू हरराय	१६३०	१६६५	---
८) श्री गुरू हरकिसन	१६५६	१६६४	---
९) श्री गुरू तेगबहादूर	१६२१	१६७५	११६
१०) श्री गुरू गोविंदसिंघ	१६६६	१७०८	---

शीख धर्मातील महत्त्वाची पाच स्थाने (तख्त)

१) अकाल तख्त- अमृतसर : सहावे गुरू श्री हरगोविंदजी यांनी येथे गुरुपद ग्रहण केले.

२) हरमिंदर साहिब पटणा- बिहार : श्री गुरू गोविंदसिंघजी यांचे जन्मस्थान.

३) केसरगड आनंदपूर- पंजाब : येथे खालसा पंथाची स्थापना झाली.

४) सचखंड हुजूर साहिब- नांदेड : येथे दहावे गुरू श्री गुरू गोविंदसिंघजी परमात्मपदी विलीन झाले.

५) दमदमा साहिब साबोंकी तलवंडी- पंजाब : श्री गुरू ग्रंथ साहिबचे संपादन येथे करण्यात आले.

प. पू. श्री संत बाबा कुलवंतसिंघजी यांचे आशीर्वाद

'आदिग्रंथ' अस्तित्वात येऊन चारशेपेक्षा अधिक वर्षे झाली आहेत. 'श्री गुरू ग्रंथ साहिब' गुरुपदी विराजित झाले, या घटनेला तीनशे वर्षे पूर्ण होत आहेत. इतक्या प्रदीर्घ कालावधीत श्री गुरू ग्रंथ साहिबचा समग्र परिचय करून देणारे एकही पुस्तक मराठी भाषेत उपलब्ध नसणे, ही फार मोठी त्रुटी होती; ती प्राचार्य दिलीप गोगटे यांच्या प्रस्तुत ग्रंथाने उत्तमरीत्या दूर झाली आहे.

प्राचार्य गोगटे यांनी गुरुवाणीचे केलेले विवेचन अचूक, परिपूर्ण व रसाळ आहे. त्यांची भाषा ओघवती व प्रासादिक आहे. त्यांची मांडणी मुद्देसूद व नेटकी आहे. गुरुवाणीतील पदांची त्यांनी केलेली निवड ही अथांग समुद्रातून मोती काढण्यासारखी आहे. गुरुवाणीतील सर्व महत्त्वाचे विषय त्यांनी स्पष्ट केले आहेत. वेद-उपनिषदांतील चिंतन आणि गुरुवाणी व महाराष्ट्रातील संतांच्या विचारांचा त्यांनी साधलेला समन्वय हृद्य आहे. हा समन्वय ही या ग्रंथाची एक विशेषता आहे. गुरुवाणीचा अर्थ समर्थपणे स्पष्ट करणे येऱ्या-गबाळ्याचे काम नाही. ईश्वरी कृपेमुळेच गोगटे सर हे काम उत्तमरीत्या करू शकले, अशी माझी धारणा आहे. 'श्री गुरू ग्रंथसाहिब : एक अवलोकन' असे ग्रंथाचे शीर्षक असले; तरी त्यांनी गुरुवाणीच्या अंतरंगांची दीप्ती सखोलपणे, यथार्थपणे व सर्व आयामांसह, बारकाव्यांनिशी प्रगट केली आहे.

एखादा पारंगत रत्नपारखी रत्नांची जशी ओळख करून देईल, तशी गोगटे सरांनी गुरुवाणीतील विचाररत्नांची ओळख करून दिली आहे. त्यांचे भाष्य मनाला आनंद देणारे व विचारांना चालना देणारे आहे. त्यांनी केलेली ही सेवा आमच्या गुरुसाहिबांना व परमेश्वराला आवडेल, असा मला विश्वास आहे. अकाल पुरुषाची अखंड कृपा गोगटे सरांवर राहो व त्यांच्या हातून अशीच वाङ्मय सेवा घडो, ही हार्दिक शुभकामना. या वाङ्मयसेवेबद्दल गोगटे सरांना मी मन:पूर्वक धन्यवाद देतो, कारण त्यांनी केलेले हे काम फार मौलिक आहे.

– कुलवंतसिंघ

प्रमुख जत्थेदार, गुरुद्वारा तख्त सचखंड

हुजूर अबचलनगर साहिब, नांदेड.

नांदेडभूषण संत बाबा श्री बलविंदरसिंघजी यांचे आशीर्वाद

'श्री गुरू ग्रंथ साहिब' हा मानवतेचा पथदीप आहे. महाराष्ट्र राज्यात मराठी भाषक बंधू मोठ्या प्रमाणात आहेत; त्यामुळे श्री गुरू ग्रंथ साहिबमधील तत्त्वज्ञानाचा परिचय करून देणारा ग्रंथ मराठी भाषेत असणे आवश्यक होते. प्राचार्य श्री. दिलीप गोगटे यांच्या या ग्रंथामुळे मराठी भाषकांची सोय झाली आहे.

तत्त्वज्ञानाचा अभ्यास व्यक्तिमत्त्वाच्या विकासाला पोषक असतो. तत्त्वज्ञानाच्या अभ्यासामुळे मनाची व्यापकता, चिंतनाची खोली वाढते. ग्रंथ हा उत्तम मार्गदर्शक व मित्र असतो; जो अडचणींच्या काळात वाचकाला दिलासा देतो व उत्कर्षाच्या काळात अहंकारापासून जपण्याचा सल्ला देतो.

श्री गुरू ग्रंथ साहिबमधील तत्त्वज्ञान कोणत्याही काळी व स्थळी उपयुक्त ठरणारे आहे. गोगटे सरांनी हा ग्रंथ लिहून गुरू साहिबांची फार मोठी सेवा केली आहे. त्यांनी तत्त्वज्ञानाच्या प्रसाराला हातभार लावला आहे.

गोगटे सरांची भाषा सोपी व मधुर आहे. त्यांची मांडणी तर्कसुसंगत आहे. त्यांचे विचार गुरुमतांशी सुसंगत आहेत. परमात्मा त्यांच्याकडून अधिक वाङ्मयसेवा करवून घेवो, हीच शुभ कामना.

बलविंदरसिंघ
गुरुद्वारा लंगर साहिब,
नगीना घाट, नांदेड.

प्रस्तावना

मा. कुलवंतसिंघजी यांचा सुरेख आशीर्वाद लाभल्यानंतर खरे तर या पुस्तकाला प्रस्तावनेची गरज नाही आणि माझा तो अधिकारही नाही. पण माझे आडनाव 'धर्माधिकारी' असल्याने मी प्रस्तावना लिहावी, असे श्री. गोगटे यांचे मत असावे, म्हणून मी प्रस्तावना लिहिली. 'श्रीगुरू ग्रंथ साहिब' हा पूजेचा वा उपासनेचा 'धर्मग्रंथ' नाही, तो जीवनग्रंथ आहे. या कर्मकांडांपेक्षा आध्यात्मिक मूल्यांवर भर देण्यात आला आहे, जी मूल्ये सर्वधर्म समभाव दर्शवितात. भारतात दोन परंपरा प्रसिद्ध आहेत. एक भक्तपरंपरा तर दुसरी संतपरंपरा. गुरू नानकदेव हे संतपरंपरेतील थोर संत होते व धर्मगुरूही होते. 'माझे जीवनच माझा संदेश आहे', असे म्हणणाऱ्या महात्मा गांधींनी त्यांच्या आश्रम भजनावलीत गुरू नानकसाहेबांची काही भजने समाविष्ट केली आहेत. रोजच्या नित्य प्रार्थनेत 'जपुजी साहिब'चा मूलमंत्र सामील करण्यात आला आहे.

भक्ति-संकल्पना, प्रार्थना व संकीर्तन यांचेही आगळेवेगळे महत्त्व आहेच. परमात्मा 'सत्यरूप' आहे, ही संकल्पनाच या धर्माचा मूलाधार आहे. गांधींनी सत्याचे प्रयोग सुरू केले, तेव्हा 'ईश्वरच सत्य' आहे येथून सुरुवात केली. पण त्यांना जाणवले की, हिंदूंचे तेहतीस कोटी देव आहेत. अन्य धर्मीयांचे भिन्न देव आहेत. एवढी सत्ये कशी असतील? म्हणून शेवटी ते 'सत्यच ईश्वर आहे' या निष्कर्षावर पोचले आणि तोच श्रीग्रंथ साहिबांचा मूलमंत्र आहे. यातही वैशिष्ट्य आहे की, ग्रंथालाच ईश्वरस्वरूप मानले आहे; म्हणजे मग मठाधीशांची उत्पत्तीच संभवत नाही. एरवी आज तर ईश्वराच्या सिंहासनावर बसण्याची अहमहमिका बाळगणारेच 'ईश्वरस्वरूप' होत आहेत. त्यांचेच फोटो, लॉकेट व ग्रंथ सर्रास विकले जातात. बिचारा देव देवळातूनही 'बेदखल' झाला आहे. अशांच्या अनुयायांनी हे पुस्तक अवश्य वाचावे, असे मी म्हणेन. गांधींनी ग्रंथ साहिबचा काही भाग वाचल्यावर म्हटले होते, "त्याचा

खोल आध्यात्मिकतेवर व नैतिकतेवर असलेला भर मला उन्नतिकारक वाटला.'' गांधीजी पुढे म्हणतात, ''किरपाण हे पावित्र्याचे चिन्ह आहे. जे असहाय व निरुपद्रवी आहेत, त्यांच्या रक्षणार्थच त्याचे प्रदर्शन आणि उपयोग करायचा आहे. शेवटच्या दहाव्या गुरूंनी तलवार वापरली खरी, पण माझ्या माहितीप्रमाणे गरिबांचा बळी घेण्याकरिता नव्हे.'' गांधीजींनी पुढे म्हटले, ''मादक पेये आणि पदार्थ, नाच, व्यभिचार अशा अनेक व्यसनांना आमच्यांपैकी जे अनेक जण बळी पडले आहेत, ते गुरूंचे अनुयायी नव्हेत. 'ग्रंथ साहिबला साक्षी ठेवून आम्ही आमची अंत:करणे स्वच्छ ठेवू' अशी प्रतिज्ञा घ्यावी, असे माझे त्यांना सांगणे आहे.'' श्रीग्रंथ साहिबात जीवनमूल्ये सामावलेली आहेत, हे गांधीजींनाही जाणवले.

त्यातील भूमिका ध्यानात ठेवूनच भारतीय संविधानात हिंदू या नामोल्लेखात शीख धर्म प्रतिज्ञापित व्यक्तीचा उल्लेख समाविष्ट आहे, असा अर्थ लावला गेला; तरी कलम २५ मधील स्पष्टीकरणात हे स्पष्ट करण्यात आले की, 'कृपाण धारण करणे व स्वत:बरोबर बाळगणे, हे शीख धर्माच्या प्रतिज्ञापनात समाविष्ट असल्याचे मानले जाईल.' कारण धर्माची भूमिका वीरवृत्तीचा विकास करण्याची आहे, वैरवृत्तींचा नव्हे. शौर्य आणि क्रौर्ययांतील मूळ भेद यात सामावलेला आहे. यामुळेच शस्त्र बाळगणे यावर कायदेशीर बंधन असले, तरी कृपाण बाळगण्यास शीख धर्मीयांना मुभा दिलेली आहे. कारण ते असहाय व अबलांच्या संरक्षणाचे साधन व कवच मानले गेले आहे. 'निरभउ आणि निरवैरू' या शब्दांत हे निहित आहे. निर्भय म्हणजे कुणालाही न भिणारा, निरवैरू म्हणजे कुणाशीही वैर न करणारा म्हणून कुणालाही न भिवविणारा सत्पुरुष. त्याच्यासाठी 'ना कोई बैरी' म्हणजे कोणी शत्रू नाही व 'बेगाना' म्हणजे कोणी परका नाही. सारेच दोस्त व मित्र. यांतून अद्वैत भावनेचा उदय झाला. अर्थात निर्वैरवृत्तीसाठी काम, क्रोध, लोभ, मोह यांचा त्याग आवश्यक आहे. संस्कृती दोनच प्रकारची आहे. एक त्यागावर आधारित, तर दुसरी भोगावर आधारित. 'श्रीग्रंथसाहिब' त्यागसंस्कृती शिकवितो. आजच्या जागतिकीकरणाच्या झंझावातात 'चंगळवाद' बोकाळतो आहे. त्यामुळे लोभ, लालसा व भोगवृत्ती बळावते आहे. त्यामुळे आता 'मंगळ' हा दुष्ट ग्रह नसून 'चंगळ' हा दुष्ट ग्रह झालेला आहे. यांपासून मुक्तीचा मार्ग शोधावयाचा असेल, तर प्रस्तुत पुस्तक मार्ग दाखवू शकेल— एवढे ते सशक्त आहे. श्री. गोगटे यांनी ती मूल्ये शब्दांत व्यवस्थितपणे पकडून सादर केली आहेत. 'करसेवा' हा शब्द आता जरी ठिसूळपणे काही लोक वापरत असले, तरी त्यांत श्रमप्रतिष्ठा व अध्यात्म आणि समता यांचा सुरेख संगम सामावलेला आहे. श्री. गोगटे यांनी ग्रंथ साहिबमधील तत्त्वज्ञानाला विषयानुसार अध्यायांत विभागून

प्रस्तुत केले आहे, त्यामुळे विषय समजणे सोपे जाते.

'श्रीग्रंथ साहिब'चे मूल्य मराठीत विशद करणारे हे प्रथम पुस्तक असावे. त्यादृष्टीने श्री. गोगटे यांनी अभिनंदनीय प्रयास केला आहे. त्यासाठी त्यांचे करावे तेवढे अभिनंदन थोडेच आहे.

आज आपण संक्रमणकाळातून जात आहोत. जुनी मूल्ये, जुन्या प्रतिष्ठा गडगडून ढासळत आहेत. नव्या मूल्यांची प्रतिस्थापना होऊ शकली नाही. त्यामुळे माणूस यंत्राधीन व बाह्य तंत्राधीन झाला आहे. आज वस्तुवादाचा महिमा वाढला आहे. यंत्रे वाचाळ झालीत. यांत्रिक वाहने डोंगर चढू लागली. माणूस अंतराळातही पोचला, पण त्याला आपल्या मनावर ताबा मिळविता आला नाही. गगनचुंबी इमारती आहेत, रस्ते रुंद झालेत; तर मने अरुंद झालीत. आकाशाला गवसणी घालण्याची वैभवाकांक्षा आहे, पण क्षितिजाला व्यापून टाकणारे मानव्य नाही. विज्ञानाने माणसाला जवळ आणून ठेवले; पण ते कुस्ती खेळण्यासाठी, दोस्त अगर मित्र बनविण्यासाठी नव्हे. अशा वेळी 'घागर में सागर' या धर्तीवर श्री. गोगटे यांनी लिहिलेले 'श्रीग्रंथ साहिबचे अवलोकन' विचाराना नवा तजेला प्राप्त करून देईल, अशी मला आशा आहे. त्या भावनेने महाराष्ट्रातील सुजाण वाचक या ग्रंथाचे खुल्या दिलाने स्वागत करतील, अशी खात्री आहे. श्री. गोगटे यांचे पुनश्च अभिनंदन करून या पुस्तकास शुभेच्छा देतो व सुयश चिंतितो.

– चन्द्रशेखर धर्माधिकारी

(निवृत्त न्यायमूर्ती, मुंबई उच्च न्यायालय)

मनोगत

श्रीगुरू गोविंदसिंघजी व श्रीगुरू ग्रंथ साहिबमुळेही नांदेड शहराची कीर्ती जगभर पसरली आहे. मी नांदेड येथे राहतो. त्यामुळे श्रीगुरू ग्रंथ साहिबचे अध्ययन केले पाहिजे, असे मनात होते. श्रीगुरू ग्रंथ साहिबचा परिचय मराठी बांधवांना करून द्यावा, या विचाराने हे लेखन घडले आहे. हे लेखन घडणे, ही ईश्वरीकृपा आहे. कारण हा ग्रंथ पंजाबी भाषेत आहे. पंजाबी भाषा मला येत नाही.

तत्त्वज्ञानपर ग्रंथ ही एक मोजपट्टी असते— स्वत:ची नैतिक व बौद्धिक उंची मोजण्याची. तसेच जिथे पोहोचायचे आहे ते स्थान व आपण आहोत ते स्थान स्पष्ट होण्यासाठी अशा ग्रंथांच्या अध्ययनाचा उपयोग होतो.

साधकाला परिपूर्ण मार्गदर्शन मिळावे, या हेतूने विविध महत्त्वाच्या बाबी स्पष्ट करणाऱ्या गुरुवाणीतील पदांचा विचार केला आहे. गुरुवाणीतील शीखगुरूंच्या प्रत्येकी किमान एका पदाचा तरी विचार केला आहे. 'गुरुवाणी' एकतीस रागांत गायिली जाते. या रागांतील प्रत्येकी किमान एका पदाचा तरी विचार केला आहे. श्लोकांचाही विचार केला आहे.

'श्रीगुरू ग्रंथ साहिब'मधील आत्मानुभवी गुरूंची-संतांची पारदर्शी भाषा, वर्णनातील सुलभता व नेटकेपणा आनंददायी आहे. साधकांना गुरुवाणीद्वारे परिपूर्ण मार्गदर्शन मिळते. गुरूंची-संतांची कणव 'करी लाभाविण प्रीती' या स्वरूपाची असते.

'श्रीगुरू ग्रंथ साहिब'चा परिचय करून देण्याची माझी योग्यता नाही याची मला जाणीव आहे. पण योग्यता नाही म्हणून स्वस्थ बसणे अयोग्य वाटले. मला जेवढे कळाले आहे, तेवढे तरी मी सांगितले पाहिजे, असे वाटले. श्रीगुरू ग्रंथ साहिबचे अध्ययन हा स्वाध्यायाचा भाग आहे. ग्रंथ वाचताना मला मिळालेला आनंद वाचकांना देण्यातून प्रयत्न घडला आहे. परमेश्वराला जे घडवून आणायचे असते, ते तो घडवून आणतो. 'बाह पकड कर ले जावे ॥' असे वचन गुरुवाणीत आहे,

ज्याचा प्रत्यय आला. गुरुवाणीचा हा छोटा परिचय वाचकांना आनंद व गुरुवाणीच्या सखोल अध्ययनाची प्रेरणा देवो, ही ईश्वरचरणी प्रार्थना. गुरुद्वाराचे प्रमुख जत्थेदार श्री संत बाबा कुलवंतसिंघजी यांचा मी अंत:करणपूर्वक ऋणी आहे. त्यांनी या ग्रंथाला आशीर्वाद देऊन अलंकृत केले आहे. पुण्याचे प्रा. शरद शहा, प्राचार्य रामदास डांगे, भाई रामसिंघजी, श्री. चंद्रशेखरजी आठवले, प्रा. तु. शं. कुलकर्णी यांचे मौलिक मार्गदर्शन लाभले आहे. मुद्रितशोधनाचे काम डॉ. सुरेश सावंत व वे. शां. सं. श्री. विश्वासशास्त्री घोडजकर यांनी केले आहे. मांडणी, मुखपृष्ठ व अक्षरजुळणीचे काम श्री. नयन बाराहाते यांनी केले आहे. ज्येष्ठ विचारवंत न्या. चंद्रशेखरजी धर्माधिकारी यांनी ग्रंथाला प्रस्तावना देऊन स्वत:च्या मनाच्या मोठेपणाचा परिचय करून दिला आहे. मित्रवर्य श्री. प्रल्हाद भारतींनी नि:स्वार्थ प्रेमापोटी ग्रंथ प्रकाशनाबाबत तळमळ दाखविली आहे. या सर्वांचा मी ऋणी आहे. त्याचप्रमाणे दुसऱ्या आवृत्तीचे प्रकाशक, श्री. राजीव बर्वे यांचाही ऋणी आहे. माझे एक सुहृद डॉ. ल. का. नोहरिर यांनी त्यांच्या व्यस्त जीवनात वेळ काढून या पुस्तकाचे अंतिम मुद्रित शोधन केले आहे. त्यांना या कामासाठी मी नेहमीच त्रास देतो. त्यांच्या मनाचे हे मोठेपण आहे की हे काम स्वत:चेच या आत्मियतेने व निस्पृहतेने करतात.

–दिलीप गोगटे

पीऊ दादे का खोलि डिठा खजाना ।
ता मेरै मनि भइआ निधाना ।।१।।
रतन लाल जा का कछू न मोलु ।
भरे भंडार अखूट अतोल ।।२।।
खावहि खरचहि रलि मिलि भाई ।
तोटि न आवै वधदो जाई ।।३।।
कहु नानक जिसु मसतकि लेखु लिखाइ ।
सु एतु खजानै लइआ रलाइ ।।४।।
(श्रीगुरू अर्जुनदेवजी) राग– गोडी

जेव्हा मी गुरूंच्या वाणीचे भांडार उघडले, तेव्हा माझे मन आत्मिक आनंदाने भरून गेले. या खजिन्यात परमात्म्याच्या स्तुतीचे हिरे, माणिक, पाचू आदी अमूल्य रत्ने आहेत; जी अक्षय आहेत व अमाप आहेत. जे लोक सत्संगासाठी एकत्र येऊन या खजिन्याचा उपयोग करतात, तसेच यातील रत्ने इतरांना वाटतात; त्यांच्याजवळचा खजिना कधीच कमी होत नाही, उलट वाढतो. परमात्म्याने ज्यांच्या कपाळी आपल्या कृपेचा लेख लिहिला आहे, त्यांनाच या खजिन्याचा लाभ मिळतो.

श्रीगुरू ग्रंथ साहिबसंबंधी...

श्रीगुरू गोविंदसिंघजी आणि नांदेड - मोगल बादशहा औरंगजेब यांच्या मृत्यूनंतर महाराजांनी बहादूरशाह यांना राज्यारोहणात मदत केली. त्यांच्या विनंतीवरूनच गुरू महाराजांनी दक्षिण भारतात येण्याचे ठरविले. आगरा येथून गुरू महाराज गोदावरी काठावर वसलेल्या नांदेड शहरी आले. येथील रमणीय व शांत वातावरण गुरू महाराजांना खूप आवडले. आपले सत्ययुगातील तपस्थान येथेच आहे, याची त्यांना जाणीव झाली. गोदावरीच्या काठावरून एक बाण त्यांनी सोडला. 'हा बाण जिथे पडेल, तिथे माझे सत्ययुगातील तपस्थान असेल', असे त्यांनी सांगितले. सध्या जिथे गुरुद्वारा आहे, तिथे गुरुजींचा बाण पडला होता. ही जागा खोदली, तेव्हा गुरुजींनी सांगितलेल्या वस्तू सापडल्या.

गुरुजी नांदेड येथे स्थिरावले होते. नबाब वजीद खान यांच्या पठाणांनी गुरुजींवर खंजिराने हल्ला केला. हल्लेखोराला गुरुजींनी संपविले. आपली अंतिम वेळ निकट आली आहे, हे जाणून गुरुजींनी संवत् १७६५ कार्तिक शुद्ध द्वितीयेच्या दिवशी (चार ऑक्टोबर, सन १७०८) श्रीगुरू ग्रंथ साहिबला गुरुपदी कायमचे बसविले. श्रीगुरू ग्रंथ साहिबसमोर पाच पैसे व नारळ ठेवून श्रीगुरू ग्रंथ साहिबला प्रदक्षिणा घातली व नतमस्तक झाले.

संवत् १७६५ कार्तिक शुद्ध पंचमीच्या दिवशी (सात ऑक्टोबर, सन १७०८) गुरुजी परब्रह्मात विलीन झाले. अशा रीतीने शीख धर्मात देहधारी गुरूंची परंपरा संपली. शीख हा जगातील एकमेव असा धर्म आहे की, ज्या धर्मात ग्रंथ गुरुपदी विराजमान झालेला आहे.

गुरू ग्रंथ साहिबबद्दल स्थूल माहिती -

'श्रीगुरू ग्रंथ साहिब' हे शिखांचे अकरावे व कायमचे गुरू आहेत. 'भागवत' हे भगवान श्रीकृष्णाचे, 'आत्माराम' हे समर्थ रामदासांचे रूप मानले जाते. पण या

ग्रंथांना गुरू मानले जात नाही.

श्रीगुरू ग्रंथ साहिबमध्ये एकूण ५८९२ पदे आहेत, जी विविध रागांत गायिली जातात. या पदांपैकी ४९५७ पदे सहा शीख गुरूंची आहेत. ७९७ पदे हिंदू व मुस्लिम संतांची आहेत, ज्यात महात्मा कबीरांची सर्वाधिक ५४१ पदे आहेत. शेख फरीदजींची १३४, रविदासांची ४० व नामदेव महाराजांची ६१ पदे आहेत. गीत गोविंदकार कवी जयदेवांचीदेखील दोन पदे आहेत. त्याशिवाय भाटांची व गुरुसेवकांची १३८ पदेही आहेत. श्री. गुरू नानकदेवांनंतरच्या गुरूंनी स्वत:चे नाव पदात न गुंफता, श्रीगुरू नानकांचेच नाव साममुद्रा म्हणून वापरले आहे, ही बाब विशेष उल्लेखनीय आहे.

श्रीगुरू नानकदेवांनी रचलेली व इतरांची संग्रहित केलेली पदे त्यांचे उत्तराधिकारी श्रीगुरू अंगददेवजी यांनी सांभाळून ठेवली होती. श्रीगुरू अंगददेव, श्रीगुरू अमरदास, श्रीगुरू रामदास यांनीही पदे रचली होती. शिखांचे पाचवे गुरू श्री अर्जुनदेवजी यांनी पूर्वसूरींच्या रचना व स्वत: रचलेल्या २२१६ पदांची एक पोथी तयार केली, ज्याला 'आदिग्रंथ' असे संबोधिले गेले. 'आदिग्रंथा'चे संपादन इ.स. १६०४ मध्ये झाले. आदिग्रंथाची स्थापना त्यांनी अमृतसर येथील हरमिंदर साहिब (ज्याला आता 'गोल्डन टेंपल' असे म्हटले जाते) येथे केली. रात्रीच्या वेळेस 'आदिग्रंथ' साहिब पलंगावर ठेवून श्रीगुरू अर्जुनदेव जमिनीवर झोपत असत. असे वागून त्यांनी आदिग्रंथाचे श्रेष्ठत्व लोकांच्या मनावर बिंबविले.

श्रीगुरू गोविंदसिंघजी यांनी आदिग्रंथात स्वत:चे वडील व नववे गुरू श्रीतेगबहादूरजी यांच्या श्लोकांचा व पदांचा समावेश करून 'श्रीगुरू ग्रंथ साहिब' सिद्ध केला. त्यांनी शीख समाजाला खालील आदेश दिला होता, असे वर्णन भाई प्रहलादसिंह यांनी रहितनाम्यात केले आहे.

अगिआ भई अकाल की तभी चलाइयो पंथु ।
सभ सिखन को हुकमु है गुरु मानिओ ग्रंथ ।।
गुरु ग्रंथ जी मानिओ प्रगट गुरा की देहि ।
जा का हिरदा सुधु है खोज सबद मै लेह ।।

कालातीत परमेश्वराची (ज्याने पंथाची स्थापना केली) आज्ञा आहे की, 'ग्रंथ साहिब'ला गुरू माना. ज्यांना परमेश्वराला भेटण्याची इच्छा आहे, त्यांनी शब्दांतून परमेश्वराला शोधावे. श्रीगुरू ग्रंथ साहिबला शबद् गुरू (शब्द गुरू) बानी (वाणी) असेही म्हटले जाते. गुरू ग्रंथ साहिबचे महत्त्व श्रीगुरू अमरदास यांच्या मते, 'गुरुवाणी ब्रह्मरूप आहे. गुरू उपदेशाप्रमाणे वागण्यानेच परमात्म्याशी एकरूपता

साधणे शक्य आहे.' श्रीगुरू रामदासांनी वेगळ्या पद्धतीने श्रीगुरू ग्रंथ साहिबचे महत्त्व सांगितले आहे. ते म्हणतात, **'गुरुमुखि बाणी ब्रहमु है सबदि मिलावा होइ ।।'** गुरुमुखातून निघालेली वाणी ब्रह्मस्वरूप आहे. या वाणीच्या अध्ययनाने व त्यातील उपदेशाप्रमाणे वागण्याने मनुष्य परमात्म्याशी एकरूप होऊ शकतो.

''बाणी गुरू गुरू है बाणी विच बाणी अमृित सारे ।।'' वाणी गुरू आहे व गुरू वाणीरूप आहेत. या वाणीतून अमृत स्रवते. गुरू आणि वाणी यांतील एकरूपता श्रीगुरू रामदासांनी सांगितली आहे. गुरू अर्जुनदेवजी म्हणाले, **'धुर की बाणी आई तिनि सगली चिंत मिटाई ।।'** गुरू ग्रंथ साहिब हे परमात्म्याचे मनोगत आहे, जे शीख गुरूंच्या व संतांच्या (ज्यांना पंजाबीत भगत म्हटले जाते.) वाणीतून व्यक्त झाले आहे. परमात्म्याच्या वाणीमुळे सगळी चिंता मिटली, हे श्रीगुरू अर्जुनदेवांचे विधान अर्थपूर्ण आहे. गुरूंच्या, संतांच्या उपदेशाप्रमाणे वागण्यात मानवाचे कल्याणच आहे. गुरूंच्या, संतांच्या उपदेशाप्रमाणे वागल्यास चिंता निर्माण होण्याची शक्यताच नाही. श्री. गुरू ग्रंथ साहिब हा समस्त मानवतेचा धर्मग्रंथ आहे. सगळ्याच धर्मांतील सद्ग्रंथ मानवतेचे पथदीपच असतात. ज्या कोणाला आत्मकल्याणाची अभिलाषा असते, त्याला या ग्रंथांतून पाथेय लाभतेच.

***

प्रार्थना

मो कउ तारि ले रामा तारि ले ।
मै अजानु जनु तरिबे न जानउ ।
बाप बीठुला बाह दे ।।१।। रहाउ ।।
नर ते सुर होइ जात निमख मैं, सतिगुर बुधि सिखलाई ।
नर ते उपजि सुरग कउ जीतिओ, सो अवखध मै पाई ।।१।।
जहा जहा धूअ नारदु टेके, नैकु टिकावहु मोहि ।
तेरे नाम अविलंबि बहुतु जन उधरे, नामे की निज मति एह ।।२।।

– नामदेवजी

माझ्या सख्या, रामा, मी अडाणी आहे. मला हा भवसागर पोहता येत नाही रे! मला तारून ने. हे बापा विठ्ठला, मला तुझ्या मदतीचा हात दे व मला ह्या भवसागरातून तारून ने. माझ्या सद्‌गुरूंनी मला सांगितले आहे की, रामकृपेने नराचा क्षणार्धात नारायण होतो. ते नामरूपी औषध सद्‌गुरुकृपेने मला प्राप्त व्हावे, की ज्यायोगे मनुष्यास स्वर्गाची दारे खुली होतात.

नामदेव म्हणतात, ''हे रामा, तुझ्या केवळ नामस्मरणाने अनेक जीव हा भवसागर तरले आहेत. हे प्रभो— तू ध्रुवाला, नारदाला ज्या अमरपदाला नेऊन ठेवलेस, त्याच अढळपदी मला नेऊन ठेव.''

अनुक्रमणिका

प्रकरण १ ले

जपुजी साहिब

'श्रीगुरू ग्रंथ साहिब'चा आरंभ श्रीगुरू नानकदेवांच्या ज्या काव्याने होतो, त्याला 'जपुजी साहिब' असे संबोधिले जाते. श्रीगुरू ग्रंथ साहिबमध्ये जपुजी साहिब असे शीर्षक नाही. मूलमंत्रानंतर 'जपु' हा शब्द आहे. त्यामुळे मूलमंत्र व त्यासोबतच्या काव्याला श्रद्धा व आदरापोटी 'जपुजी साहिब' असे म्हटले जाते.

जपुजी ही सूत्रमय व तत्त्वचिंतनात्मक रचना आहे. सर्व शीख बंधू या रचनेचा पाठ रोज सकाळी करतात. प्राज्ञपुरुष श्री. विनोबाजी भावे यांनी 'जपुजी हा शिखांचा हरिपाठ आहे,' असे म्हटले आहे. जपुजीबद्दल भाई गुरुदास म्हणतात, **'अम्रित वेले नावणा गुरमुख जप गुरु मंत्र जपाया ।।'** ब्रह्ममुहूर्तावर उठून स्नान करावे व गुरुमुखातून आलेल्या जपुजी या रचनेचा वा मूलमंत्राचा पाठ करावा. भाई नन्दलाल यांनीही **'कर इसनान पडे जप जापु ।।'** असे म्हटले आहे. भाई संतोखसिंघ यांनी **'जपुजी कंठ निताप्रति रहै, जनम जनम के कलमल कटै ।।'** असे म्हटले आहे.

शीख धर्मात जपुजी साहिबचे महत्त्व किती आहे, हे काही घटनांवरून लक्षात येईल. असे मानले जाते की, श्रीगुरू नानकदेवांनी ब्रह्मस्वरूप होण्यापूर्वी जपुजीचा पाठ केला होता. श्रीगुरू अर्जुनदेव, श्रीगुरू तेगबहादूर हुतात्मा झाले, तेव्हा त्यांनीही जपुजीचा पाठ केला होता. श्रीगुरू गोविंदसिंघांनी खालसा पंथाची स्थापना करताना जे पाठ म्हटले, त्यात जपुजीचाही समावेश होता. भारताचे माजी राष्ट्रपती व जागतिक कीर्तीचे थोर तत्त्वज्ञ डॉ. सर्वपल्ली राधाकृष्णन यांच्या मते, जपुजी हे काव्य ही श्रीगुरू नानकदेवांची सर्वश्रेष्ठ रचना आहे.

श्रीगुरू ग्रंथ साहिबचा व जपुजीचाही आरंभ मूलमंत्राने होतो. हा मूलमंत्र व शेवटचा श्लोक सोडून या रचनेत अडतीस कडवी आहेत. हिंदीत कडव्यांना पौडी म्हटले जाते. पौडींचा आणखी एक अर्थ पायरी हा आहे. परमात्म्यापर्यंत जाण्याच्या

या अडतीस पायऱ्या आहेत, असेही म्हणता येईल.

संपूर्ण श्रीगुरू साहिब हा मूलमंत्रांचा विस्तार, भाष्य वा स्पष्टीकरण आहे, असे म्हणणे अयोग्य ठरणार नाही. मंत्र असा आहे :

१ ओंकार सतिनामु करता पुरखु निरभउ निरवैरु अकाल मूरति अजूनी सैभं गुर प्रसादि ।। जपु ।। आदि सचु जुगादि सचु ।। है भी सचु नानक होसी भी सचु ।।१।। तो एकमात्र परमात्मा ओंकारस्वरूप आहे. सत्य हे त्याचे नाव आहे. तो ब्रह्मांडाचा कर्ता आहे. परमपुरुष असा त्याचा उल्लेख केला जातो. तो निर्भय आहे, तो कोणाचा वा त्याचे कोणी वैरी नाही. तो कालातीत आहे. त्याने कोणत्याही योनीत वा योनीद्वारे जन्म घेतलेला नाही. तो स्वयंभू आहे. गुरुकृपेने तो जाणला जातो. परमात्म्याच्या या स्वरूपाचे चिंतन करावे किंवा या मूलमंत्राचा जप करावा. जग अस्तित्वात नव्हते तेव्हाही हा सत्यस्वरूप परमात्मा अस्तिवात होता, विविध युगांच्या आरंभीही त्याचे अस्तित्व होते. वर्तमानकाळातही तो अस्तित्वात आहे व भविष्यकाळातही त्याचे अस्तित्व असणार आहे.

या मूलमंत्रात परमेश्वराच्या स्वरूपाचे वर्णन केलेले आहे. मंत्र मूलगामी, अर्थपूर्ण व चिंतनाला चालना देणारा, अंतर्मुख करणारा आहे. 'मननात् त्रायते मंत्रः' ही मंत्राची व्याख्या आहे. मनन करणाऱ्याचे जो तारण करतो, त्यास मंत्र म्हणतात. जपकर्त्याचा, मननकर्त्याचा उद्धार करण्याचे सामर्थ्य असलेला हा मूलमंत्र आहे. मंत्राची स्पंदने जपकर्त्यावर परिणाम करतात.

एकमात्र परमात्मा : श्रीगुरू नानकदेवांनी ओंकाराच्या मागे एक हा आकडा लावून परमात्म्याचे अद्वितीयत्व व्यक्त केले आहे. ब्रह्मांडात भासणाऱ्या विविधतेत तोच नटला आहे, हा भाव एक या आकड्याने व्यक्त होतो. माणसे जरी विविध आकारांची, विविध जातीं-धर्मांची, विविध देशांची असली; तरी सर्वांच्या धमन्यांत रक्त एकच असते. सर्व जड-चेतन, व्यक्त-अव्यक्त, दृश्य-अदृश्यात तो एकटाच आहे. ऋग्वेदात 'एकम् सत् विप्राः बहुधा वदन्ति ॥' असे वर्णन आहे. विविध भावांनी आणि विविध नामांनी जाणवले जाणारे तत्त्व एकच आहे. सत्य हेच ते तत्त्व आहे वा तो एकटाच सर्वव्यापी आहे, हे ते सत्य आहे.

कठोपनिषदात परमात्म्याचे एकत्व एका उदाहरणाने व्यक्त झाले आहे. 'अग्निर्यथैको भुवनं प्रविष्टो रूपं रूपं प्रतिरूपो बभूव । एकस् तथा सर्व भूतान्तरात्मा रूपं रूपं प्रतिरूपो बहिश्च ॥' माध्यमानुसार अग्नी भिन्न-भिन्न रूपे धारण करत असला, तरी रूपभिन्नतेतही अग्नितत्त्व एकच असते. नंदादीपाच्या रूपात तेवणारा, स्वयंपाकघरात गॅसच्या रूपात प्रज्वलित होणारा, वणव्याच्या रूपात असणारा अग्नी

वेगवेगळ्या रूपांत जाणवत असला तरी सर्वांत अग्नितत्त्व एकच असते. गीतेत भगवान श्रीकृष्ण सांगतात, 'धाग्यात विविध मणी जसे गुंफले जातात, तसे सर्व विश्व माझ्यात गुंफलेले आहे.' धागा एक, मणी अनेक— या उदाहरणातूनही विविधतेतील एकताच स्पष्ट झाली आहे.

एकत्वाचा हा विचार श्रीगुरू ग्रंथ साहिबमध्ये वेगवेगळ्या पद्धतीने आला आहे. **'जिसु बिनु दुजा अवरू न कोउ । आदि मधि अंति है सोउ ।।'** एका परमात्म्याशिवाय या ब्रह्मांडात अन्य काही नाही. ब्रह्मांड अस्तित्वात येण्यापूर्वी तोच एकटा अस्तित्वात होता. ब्रह्मांडाच्या रूपाने तोच नटला आहे. ब्रह्मांड लयाला गेल्यावरही त्याचे अस्तित्व अबाधित राहणार आहे. **'नानक एको रवि रहिआ दुसर होआ न होगु ।।'** या ब्रह्मांडात तो एकटाच बसला आहे. कोणी दुसरा झाला नाही व होणारही नाही.

ओंकार : ओंकाराचे महत्त्व वेद, उपनिषद, गीता व संतांनी विविध पद्धतींनी सांगितले आहे. ऋग्वेद, अथर्ववेद आणि श्वेताश्वतर उपनिषदात 'ऋचो अक्षरे परमे व्योमन् यस्मिन् दैवाअधि विश्वे निवेदुः ।' असे वर्णन आहे. अविनाशी परमव्योमात म्हणजे ओंकारात सर्व देव आणि वेद प्रतिष्ठित आहेत. संपूर्ण मांडुक्य उपनिषद ओंकाराचे महत्त्व सांगते. या उपनिषदाच्या पहिल्याच मंत्रात 'ओंकार हे अक्षर ब्रह्म आहे. ओंकार हेच भूत, भविष्य व वर्तमान आहे. ओंकार कालातीत आहे', असे म्हटले आहे. कठोपनिषदात 'वेद ज्याचे मनन करतात, ज्याला प्राप्त करण्यासाठी ब्रह्मचर्यपूर्वक तप केले जाते, असे अक्षरब्रह्म ओम् हेच आहे. तेच परमश्रेष्ठ आहे. कधीही विलयाला न जाणाऱ्या या अक्षराचे महत्त्व लक्षात ठेवून जो जी कामना करतो, ती पूर्ण होते' —असे म्हटले आहे. गुरुवाणीत **'ओंकार जल थल मह रविया ।।'** असे वर्णन आहे. पृथ्वी व जलात ओंकार वसला आहे. ओंकार सर्वव्यापी आहे. त्याच्या स्मरण-चिंतनाने कर्म पवित्र होते, यश व समृद्धी मिळते. ओम् हा शब्द नाही, तो प्रत्यक्ष परमात्मा आहे; ज्याच्या आश्रमात विश्व सुरक्षित आहे.

जर अव्यक्त परमात्म्याचे नाव वा चिन्ह नसते, तर त्याला जाणणे कठीण झाले असते; म्हणून 'ओम्' हे चिन्ह अस्तित्वात आले असावे. अव्यक्त परमात्मा व व्यक्त जगत यांना जोडणारा ओम् हा एक सांधा आहे. ओम् हे परमात्म्याचे रूप आहे, नाव आहे, त्याला जाणण्याचे साधन आहे. 'अ, उ आणि म' या तीन अक्षरांनी व ँ या अर्धमात्रेने ॐ तयार झाला आहे. तीन वेद; कर्म, भक्ती, ज्ञान ही साधनात्रयी आणि निद्रा, स्वप्न व जागृती ही अवस्थात्रयी; भूत, भविष्य व वर्तमान

ही कालत्रयी; पृथ्वी, अंतरिक्ष व द्युलोक हे तीन लोक आणि इंद्रिय, प्राण व मन— या सर्वांचा समावेश ओंकारात होतो.

सतिनामु : 'हे प्रभू! सत्य हे तुझे नाव आहे, तुझे स्वरूप आहे व तुला जाणण्याचे साधन आहे' असे श्रीमद्‌भागवतात वर्णन आहे. सत्य त्रिकालाबाधित असते. काळ बदलला म्हणून सत्याचे स्वरूप बदलत नाही. गुरुवाणीत **'साचा साहिबु साचु नाइ भाखिया भाउ अपारु ।।'** असे वर्णन आहे. परमात्मा सत्य स्वरूप आहे, त्याचे नावही सत्य आहे— असे असंख्य लोकांनी श्रद्धा, प्रेम व आदरभावाने म्हटले आहे. गीतेत 'ॐ तत् सत्' असे वर्णन आहे. १ ओंकार सतिनामु व ॐ तत् सत्‌चा अर्थ एकच आहे. अस्तित्वाचे निरंतरत्व हाही सत्याचा अर्थ आहे.

करता : परमात्मा या ब्रह्मांडाचा कर्ता आहे. जगाची निर्मिती ही आपोआप घडलेली बाब नाही. 'एकोऽहम् बहुस्याम् प्रजायेय ।।' असे वर्णन उपनिषदात आहे. सृष्टी निर्माण होण्यापूर्वी परमात्मा एकटाच होता. आपण अधिक रूपे धारण करावीत, असे त्याला वाटले व त्याने सृष्टी निर्माण केली. 'कोळी जसा स्वत:च्या मुखरसाने जाळे बनवितो, अग्नी जसा ठिणग्या निर्माण करतो; तसे विविध लोक, देवी, देवता, सृष्टी परमात्म्याने निर्माण केली आहे', असे वर्णन बृहदारण्यक उपनिषदात आहे.

श्रीगुरू नानकदेव **'रचना जिनी रचाई'** या शब्दांत परमात्म्याचे कर्तृत्व सांगतात. **'हुकमी होवनि आकार'** असेही त्यांनी म्हटले आहे. परमात्म्याने जगाची निर्मिती केली आहे. त्याच्या सत्तेनेच जीव अस्तित्वात आले आहेत.

पुरखु : पुरखु म्हणजे पुरुष. सामर्थ्यसंपन्न, बलसंपन्न, कर्तबगार, करारी, निश्चयी, न डगमगणारा अशा विविध अर्थच्छटा पुरुष या शब्दात समाविष्ट आहेत. परमात्मा पूर्णपुरुष आहे. पुरुषोत्तम आहे. परमपुरुष आहे. ब्रह्मांडाची चेतना आहे. पुरू शब्दाचा अर्थ समृद्धी असा आहे. समृद्धी देणारा वा समृद्धीत राहणारा पुरुष असतो. जो शरीराच्या आत आणि बाहेर विराजमान असतो, त्याला पुरुष म्हणतात. ब्रह्मांडात जे अचल आणि अविनाशी तत्त्व असते, त्याला पुरुष म्हणतात. जो स्वयंप्रकाशी व स्वयंपूर्ण असतो, त्याला पुरुष म्हणतात. शरीररूपी पुरीत वास करणारा तो पुरुष, असाही पुरुष शब्दाचा अर्थ आहे.

निरभउ : परमात्मा निर्भय आहे. त्याने भ्यावे असे ब्रह्मांडात काही नाही. त्याच्याएवढे धनवान, बुद्धिमान, चातुर्यसंपन्न जगात कोणीच नाही. सूर्य, चंद्र, वारा, अग्नी त्याच्या भयात असतात. श्रीगुरू नानकदेवांनी 'आसा दी वार'मध्ये **'भै विचि**

सुरज भै विचि चंदु ।।' या पदात हा भाव व्यक्त केला आहे. उपनिषदातही 'भयात् अग्निस्तपति' या मंत्रात हाच विचार आला आहे. 'द्वितीयात् वै भयं भवति' असे शास्त्रवचन आहे. स्वत:ची स्वत:ला भीती वाटत नसते. भीती वाटण्यासाठी दुसरा कोणी तरी असावा लागतो. ब्रह्मांडात परमात्म्याव्यतिरिक्त अन्य कोणीच नसेल, तर त्याला भीती कोणाची वाटेल?

निरवैरु : स्वार्थापोटी, अपमान झाला या भावनेपोटी, आर्थिक नुकसान झाले की, हितसंबंध दुखावले गेल्यास वैरभाव निर्माण होतो. परमात्मा या सर्व भावनांपलीकडे असतो. वैर करण्यासाठीही दुसरा कोणी असावा लागेल. ब्रह्मांडात परमात्म्याव्यतिरिक्त दुसरा कोणीच नाही, त्यामुळे परमात्मा वैर कोणाशी करेल? स्वत:शीच वैर करता येणार नाही.

अकाल मूरति : येथे मूरति हा शब्द साकारत्वाचा बोधक नाही, कारण परमात्म्याचे निराकार स्वरूपच शीख धर्माला अभिप्रेत आहे. 'अकाल मूरति'चा एक अर्थ— निरंतर सत्ता जी काळाच्या प्रभावापलीकडे असते व तिचे नेहमी सातत्य असते, असा आहे. अकाल शब्दासोबत मूर्ती शब्दाचा बहुव्रीही समास आहे. मूर्ती हा शब्दस्वरूपाचा बोधक आहे. 'सर्वनाशक काळाचाही संहार करणारा, हे ज्याचे स्वरूप आहे असा तो परमात्मा' हा अकाल मूर्ती शब्दाचा अर्थ आहे. 'अखंड रूपं एतादृशी मूर्तिः स्वरूपं यस्य ।।' म्हणजे अखंड सच्चिदानंद परब्रह्म परमात्मा, अकाल मूर्ती म्हणजे नित्य शाश्वत परमेश्वर— असे अनेक अर्थ अकाल मूर्ती या शब्दाच्या समासभेदाने होतात. परमात्मा हेच जगातील अपरिवर्तनशील शाश्वत रूप आहे.

अजूनी : अजूनी म्हणजे अयोनी. योनी म्हणजे उत्पत्तिस्थान. परमेश्वराचे कोणतेही उत्पत्तिस्थान नाही. तो अजन्मा आहे, म्हणजे जन्माला आलेला नाही, तसेच तो मरतही नाही. 'न जायते म्रियते' या कठोपनिषदातील मंत्रात हाच विचार व्यक्त झाला आहे. हा ज्ञानवान आत्मा जन्माला येत नाही व मरतही नाही. आत्मा कसा आहे याबद्दल श्रुती सांगते, 'अजो नित्यः शाश्वतोऽयं पुराणः।।' हा आत्मा अजन्मा, नित्य शाश्वत व पुराण म्हणजे सनातन वा नित्यनूतन आहे. गुरुवाणीत **'जनमि न मरै न आवै न जाइ । नानक का प्रभु रहिओ समाई।।'** असे वर्णन आहे. प्रभू ना जन्म घेतो, ना मरतो, ना येतो, ना जातो. त्याच्या अस्तित्वाचे सातत्य असते. योनीद्वारे जन्माला आलेल्या जीवांच्या काही मर्यादा असतात व त्यांच्यात काही दोष असतात. परमात्मा अयोनिसंभव असल्यामुळे अमर्याद व दोषविरहित आहे.

सैभं : सैभंचा अर्थ स्वयंभू असा आहे. ज्याचा कोणी निर्माता नाही; बल,

सामर्थ्य, बुद्धी, कौशल्य यांचा कोणी दाता नाही. स्वतःच प्रगट होणारा असा स्वयंभूचा अर्थ आहे. स्वयंप्रकाशक असाही अर्थ आहे. चंद्र, सूर्य, विद्युत, अग्नी इत्यादींच्या भौतिक प्रकाशाची ज्याला गरज पडत नाही, त्याला स्वयंप्रकाशी म्हणतात. सर्व ज्योतींची ज्योत स्वयंभू परमात्माच असतो. श्री गुरुदेवांनी **'थापिआ न जाइ कीता न होई । आपे आपि निरंजनु सोइ ।।'** असे या स्वयंभू परमात्म्याचे वर्णन केले आहे. ज्याची निर्मिती वा स्थापना करता येत नाही, असा निरंजन परमात्मा स्वतःच प्रगट होतो. उपनिषदांनी परमात्म्याचे वर्णन 'परभिूः स्वयंभूः' असे केले आहे. श्वेताश्वतर उपनिषदात 'एको हि रुद्रो न द्वितीयाय तस्थुः ।।' असे प्रभूचे वर्णन आहे. परमात्मा एकटाच आहे, तो सर्व काही स्वतःच करतो, त्याला अन्य कोणाच्या मदतीची गरज नसते; कारण तो स्वयंपूर्ण असतो.

गुर प्रसादि : अजन्मा व स्वयंभू असलेल्या, नित्यस्वरूप, ओंकाररूपी, कालातीत कर्त्या पुरुषाचे दर्शन होणे अशक्य आहे की अतिसुलभ आहे? या प्रश्नाचे उत्तर 'गुर प्रसादि' हे आहे. गुरूची कृपा असेल तरच आत्मदर्शन होईल, अन्यथा नाही. प्रसाद शब्दाचा अर्थ, हातावर ठेवलेला खाद्य पदार्थ असा केला जातो. हा अर्थ फार वरवरचा आहे. खरा अर्थ प्रसन्नता हा आहे. शिष्याने केलेल्या सेवेवर, साधनेवर गुरू प्रसन्न असतील; तरच त्याला ते आत्मदर्शन घडवितात. आत्मदर्शन घडवून आणण्यासाठी गुरूदेखील श्रोत्रिय, ब्रह्मनिष्ठ व पूर्ण असावा लागतो. साधारण गुरुद्वारे हे होणे शक्य नाही. म्हणून कबीर म्हणतात, **'काचे गुर ते मुकति न हुआ।।'** कच्च्या गुरूद्वारे कोणालाही मुक्ती मिळत नाही. आत्मदर्शनाशिवाय मुक्ती मिळत नाही. उपनिषदात 'तद्विज्ञानार्थम् सद्गुरुमेवाभिगच्छेत् । समित्पाणि श्रोत्रियं ब्रह्मनिष्ठम् ।।' (मुं. खं. २, मं. १२) असे म्हटले आहे. विशेष ज्ञानाच्या प्राप्तीसाठी हातात समिधा घेऊन श्रोत्रिय ब्रह्मनिष्ठ गुरूकडे जावे. श्री गुरुदेव म्हणतात, **'गुरमुखि नादं गुरमुखि वेदं । गुरमुखि रहिआ समाई ।।'** गुरुमुखातूनच (म्हणजे गुरूंच्या उपदेशाप्रमाणे साधना करण्याने) अनाहत नाद ऐकायला मिळतो. गुरुमुखातून परमात्म्याचे व वेदांचे ज्ञान होते. गुरूतच वा गुरुउपदेशातच परमात्मा वसला आहे. वेद शब्दाचे दोन अर्थ आहेत. एक ऋग्वेदादी चार वेद व दुसरा अर्थ जाणणे हा आहे. दोन्ही अर्थ एकत्रित केले, तर वेदांच्या ज्ञानाने परमात्मा जाणणे हा अर्थ होतो. हे काम केवळ गुरूंच्या मार्गदशनाने वा कृपेने शक्य होते; म्हणून **'गुरमुखि रहिआ समाई ।।'** असे श्री नानकदेवांनी म्हटले आहे. परमात्मा प्रत्येक जीवात आहे पण त्याची अनुभूती गुरुकृपेने होते. गुरुकृपेने काय होते याची अनेक वर्णने गुरुवाणीत आहेत.

'गुर प्रसादि जा का मिटै अभिमानु । सो जनु नानक दरगह प्रवानु ।।' जात, कूळ, विद्या, बल, धन, तारुग्य अशा विविध कारणांनी मनात अभिमान निर्माण होतो. गुरुकृपेने ज्याचा अभिमान गळतो, त्याचा ईश्वराच्या दरबारात सन्मान होतो (म्हणजे त्याला ईश्वराचे दर्शन घडते.).

'गुरु प्रसाादि आपण आपु सुझै । तिसकी जानहु त्रिसना बुझै ।।' गुरुकृपेने आत्मरूप बघण्याची इच्छा शिष्याला होतो, अन्यथा शिष्य लौकिकातच रमलेला असतो; ज्यामुळे विषयांची असारता लक्षात येऊन तृष्णा संपते.

जपु : अंतःकरणाच्या शुद्धीसाठी किंवा विशिष्ट प्रयोजनासाठी ईश्वराचे नाव उच्चारणे किंवा स्मरण करणे म्हणजे जप करणे होय. जप वाचिक व मानसिक असा दोन प्रकारे केला जातो. भक्तिपूर्वक, दीर्घ काळ, सातत्याने, एकाग्रतेने जप केला तर जपाचा लाभ मिळतो. 'तद् जपस् तदर्थभावनम् ।।' हा एक नियम आहे. जप करताना अर्थ समजून मनाची तशी भावना केली, तर तो फलद्रूप होतो. मूलमंत्राच्या शेवटी 'जपु' हा श्री गुरुदेवांचा उपदेश आहे. श्रीगुरू रामदासांचे नातू 'मिहरबान' म्हणतात,

'इह जप करते पुरखकी सच नानक किआ बखाण ।
जगत उधारण कारणे धुरहु होआ फुरमाण ।।'

जपु हा शब्द क्रियावाचक आहे.

'सतिनामु करता पुरुखु' : परमेश्वर भूतकाळ, वर्तमानकाळ वा भविष्यकाळ अशा कालविशेषात राहतो; का तो सर्व काळात असतो? –असा प्रश्न पडू नये म्हणून **'आदि सचु जुगादि सचु है भी सचु नानक होसी भी सचु ।।'** असे सांगितले आहे. जगताच्या उत्पत्तीपूर्वी परमात्मा अस्तित्वात होता. सत्य, त्रेत, द्वापर, कली या युगांच्या आरंभी व संधिकालीही तो अस्तित्वात होता. वर्तमानकाळीही तो अस्तित्वात आहे व भविष्यकाळातही त्याचे अस्तित्व असणार आहे. थोडक्यात, त्याचे अस्तित्व अखंड आहे. प्रलय झाला, जग बुडाले तरी जगदीश कायम राहणार आहे. त्याचे अस्तित्व विशिष्ट काळापुरते नसून कालातीत आहे. म्हणून श्रीगुरू अर्जुनदेव 'सुखमणी साहिब'मध्ये सांगतात— **'आदि पुरन मधि पुरन अंति पुरन परमेसुरह'।।** किंवा **'आदि जुगादी है भी होगु, ओह अपरंपर करने जोगु ।।'**

देश, काल, वस्तू यांनी परिच्छिन्न होणारे पदार्थ अनित्य असतात. परमेश्वर या त्रिविध परिछेदापलीकडचा आहे, म्हणून तो नित्य आहे. कालातीत आहे. अवयव असलेल्या जीवांना आदि, मध्य, अंत असतो. पण परमेश्वर— 'नान्तं न मध्यं न पुनस्त्वादिं ।।' म्हणजे ज्याला आरंभ नाही, मध्य नाही व अंत नाही— असा अखंड

असतो. शारीरिक पवित्रतेने, लौकिक निपुणतेने व वाणीच्या संयमाने अंत:करणाचे पावित्र्य प्राप्त होणे शक्य आहे का; असा प्रश्न मनात निर्माण होऊ शकतो. याबाबत गुरुदेव म्हणतात :

'सोचै सोचि न होवई जे सोची लख वार ।। चुपै चुप न होवई जे लाइ रहा लिव तार ।। भुखिया भुख न उतरी जे बंना पुरीआ भार ।।'

शारीरिक शुद्धीने अंत:करण पवित्र होत नाही. अंत:करणात पावित्र्य नसेल, तर आत्मज्ञान होत नाही. तसेच मौन धारण केल्याने मनाची भ्रमंती थांबत नाही. उपाशी राहण्याने तृष्णा संपत नाही. बुद्धीने, विश्लेषण करण्याच्या क्षमतेने किंवा लौकिक निपुणतेने आत्मज्ञान प्राप्त होत नाही. वैकुंठपुरी, इंद्रपुरी अशा पुरी वा तपाचरणाने अमाप संपत्ती प्राप्त करूनही आत्मज्ञान होत नाही. आत्मज्ञानाचा मार्ग आहे— **'हुकमी रजाई चलणा ।।'**

परमेश्वराच्या सत्तेत, आज्ञेत वा इच्छेत सुखाने राहणे, हाच आत्मज्ञानप्राप्तीचा मार्ग आहे. अंत:करणातील षड्विकार दूर केले, तर ते निर्मळ होते. मनाची चंचलता थांबविली, तर ते साधनेला अनुकूल होते. तृष्णा संपविली की, चित्ताला चैतन्याची ओढ लागते. परमेश्वराच्या सत्तेला आनंदाने स्वीकारण्यात अहंकार गळतो व मनुष्य सत्याचरणी बनतो. मनुष्याचे प्रारब्ध त्याच्या जन्माच्या वेळेला लिहिले जाते. तेव्हा अकारण हाव बाळगण्यात अर्थ नाही.

गुरुदेवांनी परमेश्वरी सत्तेचे सविस्तर वर्णन केले आहे. ते म्हणतात : जगदीशाच्या सत्तेनेच जीव, जगत् अस्तित्वात आले आहे. मनुष्याला जो मानसन्मान-प्रतिष्ठा मिळते, ती ईश्वरी सत्तेमुळेच मिळते. त्याच्या इच्छेनेच उत्तम, मध्यम आणि नीच स्थिती मानवाला मिळते. मनुष्याला मिळणारे सुख-दु:ख हादेखील त्याच्याच सत्तेचा परिणाम असतो. काही जीवांना आत्मज्ञानाचे बक्षीस, तर काही जीवांना जन्म-मृत्यूच्या चक्राची शिक्षा त्याच्याच सत्तेने मिळते. ईश्वरी सत्तेचे हे वर्णन नीट समजून घेतल्यास अनेक दु:खे, विषाद कमी होतील. मनाला सुख, समाधान व शांती लाभेल. या संदर्भात गुरुदेवांनी आणखी एक मौलिक बाब सांगितली आहे :

'हुकुमै अन्दरि सभु को बाहरि हुकम न कोइ ।
नानक हुकमै जे बुझै त हउमै कहै न कोइ ।।'

ब्रह्मांडातील सर्वच त्याच्या सत्तेत आहेत. त्याच्या सत्तेबाहेर कोणीच नाही. त्याची सत्ता जाणणारे अहंकाराची भाषा बोलत नाहीत. परमात्म्याच्या सामर्थ्याचे वर्णन कोणालाच करता येत नाही. 'नेति नेति'— आम्ही जाणत नाही, आम्ही जाणत नाही— असे वेदांनीही म्हटले आहे. मर्यादित बाबींचे मोजमाप करता येते, अमर्यादिताचे

मोजमाप कसे करणार? परमात्म्याच्या तुलनेत जे मर्यादित आहे, पण आपल्याला जे अमर्याद वाटते; अशा आकाशाची लांबी-रुंदी कशी मोजणार? समुद्राचे पाणी कसे मोजणार? पृथ्वीचे वजन कसे मोजणार? परमेश्वराच्या सामर्थ्याचे मोजमाप कोण करू शकेल? म्हणून गुरुदेव म्हणतात–

'गावै को ताणु होवै किसै ताणु ।।' त्याच्या सामर्थ्याचे, त्याच्या दातृत्वाचे, त्याच्या गुणांचे, त्याच्या ज्ञानाचे वर्णन अपूर्णच राहते. प्रभू वर्णनातीत आहे. गुरुदेव म्हणतात— **'कहणा कथनु न जाइ ।।'** 'यतो वाचो निवर्तन्ते अप्राप्य मनसा सह ॥' असे उपनिषदवचन आहे.

स्वकर्माचे व परमात्म्याचे एक वैशिष्ट्य गुरुदेवांनी असे सांगितले आहे : **'करमी आवै कपडा । नदरी मोखु दुआरु ।।'**

आपण कोणत्या योनीत जन्माला येणार वा कसे शरीर मिळणार, हे कर्माप्रमाणे ठरते. पण त्याची कृपा असेल, तरच मोक्ष मिळतो. गुरुदेव सांगतात :

'गावीऐ सुणीऐ मनि रखीऐ भाउ ।
दुखु परहरि सुखु घर लै जाइ ।।'

परमात्म्याच्या थोरवीचे वर्णन करावे, त्याच्या लीलांचे श्रवण करावे. त्याचे ध्यान करावे, त्याच्या अनुसंधानात राहावे. असे करण्याने दुःख लयाला जाईल व सुख लाभेल. **'गावीऐ सुणीऐ'** ही ओळ वाचताना बृहदारण्यक उपनिषदातील 'आत्मा वा अरे श्रोतव्यः, दृष्टव्यः, निदिध्यासितव्यः ॥' ही ओळ आठवते. श्रवण, मनन व निदिध्यास ही आत्मदर्शनाची साधने आहेत. या साधनांचे लाभही गुरुदेवांनी असे सांगितले आहेत :

'नानक भगता सदा विगासु ।
सुणिऐ दुख पाप का नासु ।।'

आनंदसागरात सदा विकसित असलेल्या कमळासारखी श्रवणकर्त्याची मनःस्थिती प्रफुल्लित असते. भगवंताच्या गुणसंकीर्तनाचे श्रवण हे दुःख व पापाचा नाश करते. आनंदी राहणे, प्रफुल्लित राहणे हा मनाचा मूळचा स्वभाव आहे. पण प्रापंचिक कटकटींनी, ताण-तणावांनी, उत्कंठांनी मनाची प्रफुल्लित अवस्था कोमेजते. ईशलीलांच्या श्रवणामुळे प्रापंचिक ताण, उत्कंठा, कटकटी यांचे तेवढ्या वेळेपुरते का होईना विस्मरण होते व मन ताजे टवटवीत होते. परमेश्वराच्या गुणांचे श्रवण केल्यामुळे पापाचरणाची वृत्ती ओसरते. गुरुदेवांनी श्रवणाचा आणखी एक लाभ सांगितला आहे. ते म्हणतात, **'सुणिये सतु संतोखु गिआनु ।।'** श्रवणाने सत्याची जाणीव होते, समाधान व माहिती मिळते. आत्मज्ञानप्राप्तीचा मार्ग, पात्रता, आत्मज्ञानासाठी घ्यायची

दक्षता इत्यादी बाबी श्रवणामुळे कळतात. तत्त्वज्ञानाच्या श्रवणाने शंका दूर होते, म्हणून समाधान लाभते. श्रवणाने कर्तव्य-अकर्तव्याचे ज्ञान होते. मननाचे लाभ **'मंने सुरति होवै मनि बुधि ।।'** मननकर्ता ईश्वरभक्तीत तल्लीन होतो. कारण मननामुळे त्याच्या मनात भगवंताबद्दल अत्यंत उत्कट, अत्यंत शुद्ध प्रेम निर्माण होते.

मनाने परमेश्वराचा सतत ध्यास घेण्याच्या क्रियेला निदिध्यास म्हणतात. भगवंताशी चित्ताची एकाग्रता होण्याएवढी आनंदाची बाब अन्य कोणतीही नाही. श्रवण, मनन, निदिध्यासाच्या एकत्रित लाभाबद्दल गुरुदेव सांगतात, **'सुणिआ मंनिआ मनि कीता भाउ । अंतरंगति तीरथि मलि नाउ ।।'** श्रवण, मनन व निदिध्यास करणारे आंतरिक तीर्थात, शरीर घासून-घासून स्नान करतात. म्हणजे त्यांचे मन, बुद्धी आणि चित्त निर्मळ होते.

धरम खंड, गिआन खंड, सरम खंड, करम खंड व सचखंड या शीर्षकांनी साधकांच्या मानसिक अवस्थाही गुरुदेवांनी वर्णिल्या आहेत. या रचनेचा शेवट करतानाही एक मोलाची बाब गुरुदेव सांगतात—

'चंगिआईआ बुरिआईआ वाचै धरमु हदूरि ।।
करमी आपो आपणी के नड़ै के दूरि ।।
जिनी नामु धिआइआ गए मसकति घालि ।।
नानक ते मुख उजले केती छुटी नालि ।।'

मनुष्याच्या चांगल्या आणि वाईट कर्मांचे वाचन परमेश्वराच्या उपस्थितीत चित्रगुप्त करतो. ज्यांनी सत्कर्मे केली आहेत, ते परमेश्वराच्या जवळ जातात. ज्यांनी वाईट कर्मे केली, ते देवापासून दूर जातात. ज्यांनी नामजप-साधना केली आहे, त्यांचा मनुष्यजन्म सार्थकी लागतो.

आपण देवाच्या जवळ राहू का दूर, हे आपली कर्मेच ठरवितात. परमेश्वर स्वत:हून कोणाला जवळ करत नाही वा कोणाला दूर लोटत नाही. कर्मांचे महत्त्व गुरुदेवांनी सांगितले आहे. रचनेचा शेवट करतानाही ते नामजपाचे महत्त्वच सांगतात.

***

प्रकरण २ रे

सुखमनी

सुखमनी हे श्रीगुरू अर्जुनदेवांचे काव्य आहे. यात चोवीस श्लोक व चोवीस अष्टपद्य आहेत. श्लोकांत अष्टपदींचा सारांश सांगितला आहे. अर्थ माहीत नसतानाही या काव्याच्या वाचनाने मनाला शांती लाभते. आनंद मिळतो. हा उपदेश आहे, या भावनेने पदांचा अभ्यास केला; तर हळूहळू अर्थ कळतो व मनावर काही चांगले संस्कार होतात. या काव्यातील विचार आचरणात आणायचे ठरविले, तर मनात भक्तिभाव जागृत होतो. देवाबद्दल प्रेम निर्माण होते. अंत:करण हळूहळू शुद्ध होत जाते. मनात ईशभक्तीची जशी तळमळ असेल, त्याप्रमाणे आध्यात्मिक प्रगती होत जाते, असे जाणकार सांगतात.

दिवसभरात मनुष्य चोवीस हजार श्वास घेतो, अशी शीख धर्मीयांची धारणा आहे. हे श्वास सफल होण्याचा मार्ग 'सुखमनी' हा आहे. सुखमनी हे मनाला सुख देणारे साधन आहे. सुख ही बाब व्यक्तिसापेक्ष आहे. समाजसेवकास गरिबांचे अश्रू पुसण्यात सुख वाटू शकते. तसे आध्यात्मिक माणसाला सुखमनीसारख्या काव्याच्या वाचनाने मानसिक सुख लाभते. या काव्याचे सार श्रीगुरू अर्जुनदेवांनीच **'सुखमनी सुख अम्रित प्रभु नाम ।। भगत जना कै मनी विसराम ।।'** असे सांगितले आहे. देवाचे अमृतमय नाम मनाला सुख व विश्रांती देणारे आहे. सुखननी हे नामयोगाचे वा भक्तियोगाचे शास्त्र असले तरी, साधकाला आवश्यक असलेली सर्व माहिती या काव्यात गुरुजींनी दिली आहे. काव्यारंभ गुरू-नमनाने होतो.

'आदि गुरए नमह ।। जुगादि गुरए नमह । श्री गुरुदेव ए नमह ।।१।।'

आदिगुरू असलेल्या व जो युगे सुरू होण्यापूर्वीही अस्तित्वात होता, अशा परमपुरुषाला माझा नमस्कार असो. सद्गुरूंनाही माझा नमस्कार असो. पहिल्या अष्टपदीतील पहिले पद असे आहे :

'सिमरउ सिमरि सिमरि सुखु पावउ ।।

कलि कलेस तन माहि मिटावउ ।।
सिमरउ जासु बिसुंभर एकै ।।
नामु जपत अगनत अनैकै ।।
वेद पुरान सिम्रिति सुधाखर ।।
कीनै राम नाम इकआख्यर ।।
किनका एक जिसु जीअ बसावै ।।
ता की महिमा गनी न आवै ।।
कांखी एकै दरस तुहारो ।।
नानक उन संगि मोहि उधारो ।।'

हे प्रभू! मी तुझे स्मरण करतो व स्मरण करता-करता सुख प्राप्त करतो. नामस्मरणामुळे शारीरिक, मानसिक व्याधी दूर होतात. ज्या विश्वंभर परमात्म्याचे स्मरण असंख्य संत-महात्मे करतात, अशा ब्रह्मांडव्यापी परमात्म्याचे नाम मी जपतो. वेद, पुराण आणि स्मृतींनीही परमेश्वराचे नाव श्रेष्ठ मानले आहे. शुद्ध, पवित्र असलेले प्रभूचे नाव ज्याच्या हृदयात बसले आहे, त्याच्या महतीचे वर्णन करत येत नाही. हे प्रभू! जे तुझे दर्शनाभिलाषी आहेत, त्यांच्या सहवासात मला ठेवून माझा उद्धार कर.

नामस्मरणाने असंख्य सुखांची प्राप्ती होते. परमात्म्याचे 'विश्वंभर' हे स्वरूपही वरील पदात गुरुजींनी स्पष्ट केले आहे. संतांच्या सहवासात नामस्मरण घडते, आत्मदर्शन होऊ शकते. म्हणून संतसहवास आवश्यक आहे.

संतसहवासाचे महत्त्वही या पदात व्यक्त झाले आहे. अष्टपदीतील दुसऱ्या पदात नामस्मरणाचे महत्त्व गुरुजींनी स्पष्ट केले आहे. ते म्हणतात, **'प्रभु के सिमरनि गरभि न बसै ।।'** देवाचे स्मरण करणाऱ्याला पुन्हा जन्म घ्यावा लागत नाही. नामस्मरणात रमलेल्या भक्ताच्या कामना हळूहळू कमी होतात. कामना संपल्या की, जन्म-मृत्यूचे चक्र संपते. नामस्मरणामुळे प्रभू आपल्या पाठीशी आहे या दृढ श्रद्धेने शत्रूंची भीती वाटेनाशी होते. जे घडते ते भगवत् इच्छेने, ही भावना दृढ झाल्यामुळे विघ्नांचीही चिंता वाटत नाही. तसेच कशाची उत्कंठाही उरत नाही.

तिसऱ्या पदात **'प्रभु कै सिमरनि बिनसै दूजा ।।'** हा एक महत्त्वाचा विचार गुरुजींनी व्यक्त केला आहे. द्वैतभाव व द्वंद्वे हा अध्यात्ममार्गातील एक अडथळा असतो. तो दूर होणे हितकारक असते. नामस्मरणात रंगलेल्या भक्ताची सुख-दुःख यांच्याबाबतची तीव्रता हळूहळू कमी होते व द्वंद्वे लयाला जातात. 'से सिमरहि नि आपि सिमराए ।।' ज्यांनी नामस्मरण करावे असे देवाला वाटते, तेच

नामस्मरण करतात. गुरुजींनी हेही एक सत्य सांगितले आहे. सामान्यत: माणसाला नामस्मरण करण्याची इच्छा होत नसते. मनुष्य ऐहिकातच रमलेला असतो. भगवंताची इच्छा असेल, तरच तो साधक बनतो. साधनेस आरंभ केलेल्यांचाही हा अनुभव असतो की— पूजा करताना, जप करताना मन भलतीकडेच भटकत असते. जपात मन स्थिर होत नसते.

चवथ्या पदात **'प्रभु के सिमरनि त्रिसना बुझै ।।'** हे सांगितले आहे. माणसाच्या अध:पतनाचे कारण त्याचा हव्यास, त्याची तृष्णा असते. नामस्मरणामुळे साधकाची ऐहिक आसक्ती कमी होते. नामस्मरणामुळे आत्महिताचे सर्व काही उमजू लागते. **'प्रभु के सिमरनि मन की मलु जाइ ।।'** हाही एक फायदा आहे. परमेश्वराच्या स्मरणामुळे मनातील षड्विकारांचे मळ संपतात. परमेश्वरावरचे प्रेम वाढले की, षड्विकारांची आसक्ती कमी होते. ईशप्रेम ज्या प्रमाणात वाढत जाईल, त्या प्रमाणात आसक्ती घटेल.

धनवंताची एक वेगळीच व्याख्या गुरुजींनी अशी केली आहे : **'प्रभु कउ सिमरहि से धनवंते ।।'** परमेश्वराचे स्मरण करणारे खरे धनवान आहेत. हा एक मूलगामी विचार आहे. संतांजवळ नामाचे धन आमच्यापेक्षा जास्त असते. नामस्मरण करणारे स्वत:च्या विकारांवर जय मिळवू शकतात. पैसा भरपूर असला, वेळ खूप असला की; मग माणसांना एकाकी वाटणे, मन कशात न रमणे, उदास वाटणे, अस्वस्थ वाटणे असे मनोरोग जडतात. अशा मनोरुग्णांना गुरुजी सांगतात, **'प्रभु के सिमरनि कमल बिगासनु ।।'** परमेश्वराच्या स्मरणामुळे मिळणारा अवीट आनंद, मनावरचे मळभ झटकून टाकतो. मनातील उत्साह, समाधान, प्रसन्नता नामस्मरणामुळे सतेज होते. नामधारक चिंतामुक्त होतो. नामस्मरणाची गोडी 'अंत न पार' म्हणजे जिचा अंत कळत नाही व खोली मोजता येत नाही अशी असते. नामस्मरणामुळे अनाहत नाद ऐकायला येतो. हा नाद ऐकायला मिळणे परम भाग्याचे असते.

श्रीगुरू अर्जुनदेवांनी एक वैशिष्ट्यपूर्ण बाब सांगितली आहे— **'हरि सिमरनु करि भगत प्रगटाए ।। हरि सिमरनि लगि बेद उपाए ।।'** परमेश्वराने संत यासाठी प्रगट केले आहेत की, त्यांच्या सहवासात राहून सामान्य जनांनी नामस्मरण करावे. वेदांची निर्मिती यासाठी झाली की, त्यातील उपदेशाचे ग्रहण करून माणसांनी वाईट मार्गाचा त्याग करावा, असे गुरुजी म्हणतात.

दुसऱ्या अष्टपदीच्या आरंभीच्या श्लोकात एक सुंदर प्रार्थना आहे.

'दीन दरद दुख भंजना घटि घटि नाथ अनाथ ।।

सरण तुम्हारी आइओ नानक के प्रभ साथ ।।'

दीनांचे दुःख आणि व्याधी हरण करणाऱ्या अनाथांच्या नाथा, सदैव माझ्यासोबत राहा. परमेश्वरा, तू माझ्यासोबत राहा असे म्हणण्यात; माझे रक्षण कर, मला मार्गदर्शन कर, मला सन्मार्गाने ने— असे सर्व भाव समाविष्ट आहेत.

एक अत्यंत मौलिक बाब गुरुजी अशी सांगतात— **'जह मात पिता सुत मीत न भाई ।। मन ऊहा नामु तैरे संगि सहाई ।।'** आई, वडील, पुत्र, मित्र, भाऊ असे सर्व जण मृत्यूच्या रस्त्यावर साथ सोडतात; तिथे फक्त केलेला नामजप किंवा सत्कर्मच सोबत येते. ही ओळ वाचताना मला संस्कृत भाषेतील एक सुभाषित आठवले, जे असे आहे :

'धनानि भूमौ पशवश्च गोष्ठे भार्या गृहद्वारि जनाः स्मशाने । देहश्चितायां परलोक मार्गे कर्मानुगो गच्छति जीव एकः ॥'

पत्नी दारापर्यंत, पशू गोठ्यापर्यंत, लोक स्मशानापर्यंत, तर देह फक्त चितेपर्यंत साथ देतो. परलोक मार्गावर जीवासोबत फक्त त्याचे कर्मच जाते, अन्य काही नाही. हे सत्य जर आम्ही समजू शकलो, चित्तात ठसवू शकलो; तर आमचे जीवन आमूलाग्र बदलेल. आज आम्ही रसना व कामनेचे दास झालो आहोत. त्याऐवजी नामस्मरण, सत्कर्म, समाजसेवा अशा उन्नत करणाऱ्या बाबींचा ध्यास आम्ही घेऊ शकलो; तरच आमची आध्यात्मिक प्रगती होऊ शकते. आम्ही ज्या बाबींना खूप महत्त्व देतो, त्या आमच्यासोबत येत नाहीत याची आम्हाला जाणीव नसते. 'कळते पण वळत नाही' अशी आमची स्थिती असते, ही मानवी जीवनाची शोकांतिका आहे. संत, गुरू आम्हाला सावध करतात; पण आम्ही सावध होत नाही.

'नाम तुलि कछु अवरु न होइ ।।' नामाशी तुलाना करता येईल असे जगात अन्य काही नाही. ही बाब लक्षात ठेवण्यासारखी आहे. यज्ञ-यागात काही त्रुटी राहिल्या, तर 'विष्णु स्मरणात् परिपूर्णता अस्तु' ॥ असे म्हणायची, मानायची पद्धत आहे. परमेश्वराच्या नामस्मरणाने परिपूर्णता लाभते.

'मन की मैल न तन जे जाति ।।' शरीर कितीही स्वच्छ केले, तरी त्यामुळे मनातले मळ जात नाहीत. मनातील घाण घालविण्याचा नामस्मरण हा एकच उपाय आहे. धर्म, अर्थ, काम आणि मोक्ष या चारही पुरुषार्थाची प्राप्ती संत समागमाने होते, असे गुरुजी सांगतात.

'चारि पदारथ जे को मागै ।। साध जना की सेवा लागै ।।
जे को अपुना दूखु मिटावै । हरि हरि नामु रिदै सद गावै ।।'

कायिक, वाचिक, मानसिक व सांसारिक दुःख दूर करण्याचे साधन नामजप

हेच आहे. नामजपामुळे सहनशीलता वाढते. त्यामुळे दु:खाची तीव्रता कमी होते. नामजपामुळे विवेक बलवान होतो, त्यामुळे दु:खाची व्याकुळता कमी होते. या संदर्भात दत्तावतारी प.पू. परिव्राजकाचार्य श्री वासुदेवानंद सरस्वतीस्वामी महाराज (टेंबेस्वामी) यांच्या जीवनात घडलेला एक प्रसंग आठवतो. स्वामींना अतिसाराचा (डायरिया) विकार झाला होता. दिवसातून २५/३० वेळा त्यांना जुलाब होत. 'अटॅच्ड् टॉयलेट ब्लॉक'ची सोय त्या काळी नव्हती. नदीकाठी वा जंगलात शौच्यासाठी जाण्याचीच पद्धत होती. भर उन्हाळ्यात पायताण न घालता नर्मदेच्या वाळूतून स्वामींना चालत जावे लागे. जितक्या वेळा शौच्याला जात, तितक्या वेळा स्वामी स्नान करीत. डोक्यावर तापलेला सूर्य, पायाखाली तापलेली वाळू ही कल्पनाच अंगावर काटा आणणारी आहे. स्वामी हे करू शकले, कारण नामसाधनेमुळे त्यांचा निग्रह पक्का झाला होता.

गुरुजींनी एक मौलिक बाब अशी सांगितली आहे : **'सरब धरम् महि स्रेसट धरमु ।। हरि को नामु जपि निरमल करमु ।।'** सर्व धर्मांत श्रेष्ठ धर्म व सर्व कर्मांत निर्मळ कर्म हरीचा जप आहे. कोणत्याही पूर्वतयारीशिवाय, कोणत्याही अवस्थेत नामजप करता येतो. त्याचा परिणाम अन्य साधनांइतकाच प्रभावी असतो.

गुरूंना-संतांना आम्हा पामरांची कीव येते. गुरुजी म्हणतात, **'आदि अंति जो राखनहारु ।। तिस सिउ प्रीति न करै गवारु ।। जा की सेवा नव निधी पावै । ता सिउ मूडा मनु नही लावै ।।'** जन्मापासून मृत्यूपर्यंत जो आपले रक्षण करतो, त्याची आम्ही भक्ती करत नाही. ज्याची सेवा करण्याने जगातील सर्व सुखे मिळतात, त्याची भक्ती आम्ही करत नाही. गुरुजी म्हणतात, **'रतनु तिआगि कउडी संगि रचै ।। साचु छोडि झूट संगि मचै ।।'** अज्ञानी जीव नाम-रत्नाचा त्याग करून मायेच्या संगतीत रमतो. कशाला महत्त्व द्यावे, हे आम्हाला कळत नाही. विविध इंद्रियांची निष्फळता कशात आहे, याचे सुरेख वर्णन गुरुजींनी खालील पदात केले आहे.

मिथिआ स्त्रवन पर निंदा सुनहि ।
मिथिआ हसत पर दरब कउ हिरहि ।।
मिथिआ नेत्र पेखत पर त्रिअ रूपाद ।
मिथिआ रसना भोजन अन स्वाद ।।

परनिंदा ऐकणारे कान निष्फळ आहेत. जे परधनाची चोरी करतात, ते हातही निष्फळ आहेत. निष्फळ आहेत ते डोळे, जे परस्त्रीचे रूप बघण्यात रमतात. निष्फळ आहे ती जीभ, जी नाम न घेता केवळ खाद्य पदार्थांत रमते. निष्फळ आहेत ते पाय,

जे परहानीसाठी व विकारासाठी चालतात. निष्फळ आहे ते शरीर, जे परोपकार करत नाही. निष्फळ आहे ते नाक, जे विकार वाढविणाऱ्या सुगंधाचे सेवन करते. इंद्रियांचा सदुपयोग कशात आहे, हे जाणल्याशिवाय जे-जे केले जाते ते निष्फळच ठरते. गुरुजी म्हणतात, **'सफल देह नानक हरि हरि नाम लए ।।'** देवाचे नाम जपण्यानेच मनुष्यदेहाला सार्थकता लाभते. भक्ती ही अंगप्रत्यंगांनी करायची क्रिया आहे. इंद्रियांचा वापर कशासाठी करू नये, हे गुरुजींनी या पदात स्पष्ट केले आहे.

सहाव्या अष्टपदीच्या आरंभीचा श्लोक एक उल्लेखनीय प्रार्थना आहे.

'काम क्रोध अरु लोभ मोह बिनसि जाइ अहंमेव ।
नानक प्रभ सरणागती करी प्रसादु गुरुदेव ।।'

काम, क्रोध, लोभ आणि मोह या विकारांनी दु:खी होऊन मी आपल्याला शरण आलो आहे. या विकारांपासून मला वाचवा, अन्यथा माझा नाश अटळ आहे. षड्विकार खरोखरच मनात फार खोल रुतलेले असतात. त्यांच्या उन्मूलनाचा प्रयत्न केला की, त्यांचे बळ अधिक वाढते. हे विकार संपविण्याचा आपला निश्चयही पक्का नसतो. या विकारांबद्दल आपल्या मनात आवड असते, म्हणून हे विकार सोडणे आपल्याला जड जाते; ज्यामुळेच 'या विकारांपासून वाचव', अशी प्रभूला प्रार्थना करावी लागते. एक-एक विकार सुटण्यासाठी एक-एक जन्म अपुरा पडावा इतके घट्ट ठाण या विकारांनी आमच्या मनात मांडलेले असते. त्यामुळे आपल्यासारख्या सामान्यांना विकारांच्या मगरमिठीतून सुटण्यासाठी ईश्वराला शरण जाण्याशिवाय कोणताही मार्ग उपलब्ध नसतो.

गुरुजी म्हणतात, 'ज्याच्या कृपेने तुला सुंदर देह प्राप्त झाला आहे, उपभोगाची विविध साधने प्राप्त झाली आहेत; त्याची तू भक्ती कर.'

सातव्या अष्टपदीचा श्लोक आहे :

'अगम अगाधि पारब्रहमु सोइ ।।
जो जो कहै सु मुकता होइ ।।
सुनि मीता नानकु बिनवंता ।।
साध जना की अचरज कथा ।।'

मन, वाणी यांच्या क्षमतेपलीकडे आत्मतत्त्व असते. आत्मतत्त्व जाणणारा मुक्त होतो. हे तत्त्व जाणण्याचे साधन संतांचा सहवास हे आहे.

'यतो वाचो निर्वतन्ते अप्राप्य मनसा सह ।।' असे वर्णन उपनिषदातही आहे. आत्मतत्त्व जाणणे सोपी बाब नाही. जन्मोजन्मी साधना करावी व त्याची कृपा असली तर पदरी काही पडावे, अशी स्थिती आहे. संतांच्या सहवासातून आमचे अंतरंग

स्वच्छ झाले व आवश्यक ती साधना घडली, तर आत्मज्ञानाची शक्यता निर्माण होते. ज्यांना आत्मज्ञान होते, ते मुक्त होतात. आत्मज्ञानानंतर जाणण्यासारखे, प्राप्त करण्यासारखे काही उरत नाही.

साधूंच्या संगतीचे लाभ गुरुजींनी असे सांगितले आहेत :

'साध संगि मलु सगली खोत ।।' संतांच्या सहवासाने मनातील सगळी घाण दूर होते. नदीत स्नान केल्यामुळे शरीराची घाण जशी दूर होते, तशी संतसहवासामुळे मनातील घाण दूर होते. चांगले काय आहे हे कळाले की, ते प्राप्त करण्याची मनाची प्रवृत्ती होते. ही प्रवृत्ती टिकली, बळावली की, आपले दोष दूर होणारच. **'साध के संगि प्रगटै सुगिआनु ।।'** साधुसंगतीमुळे कल्याणाचे काय आहे, सोडायचे काय आहे, मिळवायचे काय आहे याचे ज्ञान होते. **'साध कै संगि बुझै प्रभु नेरा ।।'** परमेश्वर आपल्याजवळ आहे याची जाणीव संतसहवासानेच होते. प्रभू आपल्या जवळच असतो, पण त्याला बघायला आपण रिकामे नसतो. आपल्या हव्यासातच आपण हरवलेले असतो. त्यामुळे तो आपल्याला जाणवत नाही.

'साध कै संगि अगोचरु मिलै ।।' सहज न जाणवणारा परमात्मा संतांच्या सहवासाने जाणवतो. म्हणजे संतांच्या उपदेशाप्रमाणे वागण्याने जाणवतो. शिक्षकाच्या उपदेशाप्रमाणे अभ्यास करणारा विद्यार्थी परीक्षेत चांगले गुण मिळवतो, तसे साधकाचे होते. **'साध संगि असथिति मनु पावै ।। साध कै संगि माइआ ते भिंन ।।'** साधूच्या सहवासाने मनाला स्थिरता प्राप्त होते. मायापाशातून मन मुक्त होते. अनेक प्रकारच्या आसक्तींनी मन खूप चंचल बनत असते. संतसहवासामुळे मनाच्या निरर्थक भटकंतीची जाणीव होते. आपला वेळ वा आयुष्य आपण व्यर्थ घालवितो आहोत याची जाणीव होते. आत्मकल्याणाचा मार्ग स्पष्ट झाल्याने भटकंती संपून मन स्थिरावते. संतसहवासाने मायापाश सरतात. माया किती घातक आहे याचा बोध संत करतात. त्यामुळे साधक मायापाशातून स्वत:ला निग्रहपूर्वक सोडवून घेतो.

'साध संगि दुसमन सभि मीत ।।' संतसहवासाने शत्रू हे मित्र बनतात, ही थक्क करणारी एक बाब गुरुजींनी सांगितली आहे. शत्रू हे मित्र बनतात म्हणजे, शत्रू-मित्र, निंदा-स्तुती, सुख-दु:ख अशी सगळी द्वंद्वे संपतात. या द्वंद्वांचे एक वैशिष्ट्य आहे. यातील एकाची इच्छा ठेवली की, दुसरे चिकटते. एक सोडले की, दुसरेही गळते.

'साध संगि किस सिउ नही बेरू । साध के संगि न बीगा पैरु ।।' साधूंच्या संगतीमुळे वैराची भावना ओसरते आणि माणसाचे कुमार्गाकडे पाऊल पडत नाही. संतांच्या सहवासाचा असा जबरदस्त परिणाम असतो की— कोणाशी कडकडून

भांडावे, कोणावर संतापावे, अशी इच्छाच होत नाही. 'टू अंडरस्टँड अ पर्सन इज टू एस्क्यूज हिम' असे एक सुंदर वाक्य आहे. एखादा माणूस अशोभनीय वागला तर तो असे का वागला; याचा विचार केल्यास, त्याला क्षमा करण्याची बुद्धी आपल्याला होते. विवेक प्रबळ करण्याची वृत्ती संतसहवासातून निर्माण होते. माझी खात्री आहे की, शांतिसागर प.पू. श्री एकनाथमहाराजांचे चरित्र अतिरागीट माणसाने वारंवार वाचले, तर त्याचा राग कमी होईल. तुकाराममहाराजांना मंबाजी गोसाव्याने मारले, ज्ञानेश्वरमहाराजांनाही खूप हाल-अपेष्टा सोसाव्या लागल्या. याची आठवण राग येण्याच्या प्रसंगी झाली तर राग शांत होईल, वैरभाव संपेल. हा माणूस माझाच आहे, ही भावना मनात निर्माण होऊ शकली; तर वैरभाव संपतो.

ज्ञानेश्वरमहाराजांची एक फार छान ओवी आहे. 'चंद्र तेथे चंद्रिका । शंभू तेथे अंबिका । संत तेथे विवेका । असणे की जी ॥' जेथे चंद्र आहे तेथे चांदण्या असणारच. भगवान शंकरांसोबत त्यांची शक्ती माता पार्वती असतेच. तसा संतांच्या सोबत विवेक असतो. विवेकाचे धनी असलेल्या संतांच्या सहवासात राहणाऱ्यांची पावले राऊळाकडेच वळतील, वाईट मार्गाकडे वळणार नाहीत. संतांच्या सहवासात कुविचार शमतात, सद्‌विचार बळावतात. त्यामुळे 'पाऊले चालती पंढरीची वाट' असेच होते. ज्याचे पूर्वसंस्कार खूपच वाईट आहेत व ज्याने पूर्वी केलेले पाप उफाळून वर येते, तोच संतसहवासात राहूनही वाममार्गाने जातो. यात दोष संतांचा नसतो, वाममार्गाने जाणाऱ्याचा असतो. नदीकाठी राहूनही कोणी तहानेलाच राहत असेल, तर त्याचा दोष नदीला कसा देता येईल?

'साध कै संगि द्रिड़ै सभि धरम ।।' साधूंच्या सहवासामुळे सर्व धर्मांच्या तत्त्वज्ञानाचा अभ्यास करण्याची प्रेरणा मिळते. परधर्मसहिष्णुता मनात निर्माण होते, वाढते. भक्ती वाढते. माझ्या वर्तनाचे कारण गुरुजींच्या वरील विचारातून मला कळाले. प्राज्ञपुरुष श्री. विनोबाजी भावे यांचा वैचारिक सहवास त्यांच्या ग्रंथातून मला लाभतो; त्यामुळे ख्रिश्चन, मुस्लिम, बौद्ध, शीख व जैन या धर्मांच्या तत्त्वज्ञानाच्या अभ्यासाची प्रेरणा मला मिळाली. विविध धर्मांतील तत्त्वांचा अभ्यास करण्यात आनंद मिळतो. स्वत:चे आचरण शुद्ध करण्यासाठी या अभ्यासाचा उपयोग होतो. शंकांचे निरसन होते आणि निष्ठा, श्रद्धा अधिक डोळस व बलवान होते. वैचारिक प्रगल्भता वाढण्यातही या अध्ययनाचा उपयोग होतो. 'जो जो गुण ज्या पासोनी घेतला तो तो गुरू केला । परि परमार्थाचा गुरू वेगळाचि ॥' ही जर आपली धारणा पक्की असेल, तर अन्य धर्मीयांचे ग्रंथ वाचण्यात काय हानी आहे? सगळी मनुष्यजात एक आहे. सर्वांच्या सोईसाठी विविध धर्म अस्तित्वात आले आहेत. कालौघात आणखी नवे धर्म

अस्तित्वात येऊ शकतात. सर्वांनीच एकमेकांना समजून घेण्याची वृत्ती ठेवली, तर भांडण होण्याचे कारणच उरणार नाही.

संतसमागमाच्या पार्श्वभूमीवर श्रीगुरू अर्जुनदेवांनी ब्रह्मज्ञाची लक्षणे सांगितली आहेत. **'ब्रह्मज्ञानी सदा निरलेप ।। जैसे जल महि कमल अलेप ।।'** पाण्यात असणाऱ्या कमळासारखा ब्रह्मज्ञ निर्लेप असतो. ब्रह्मज्ञानीही खातो, पितो, बोलतो, सामान्य माणसांप्रमाणे जीवनव्यवहारही करतो; पण तो कशातच गुंतलेला नसतो. त्याचे लक्ष फक्त भगवंताकडे लागलेले असते. कमळ पाण्यात असते, पण पाण्याचा लेप कमळाला लागत नाही. तसा ब्रह्मज्ञ जगात वावरतो, पण त्याच्या मनात जग नसते. उपनिषदात हेच उदारहण 'यथा पुष्कर पलाशो आपो न श्लिष्यन्ते ।।' या शब्दांत दिले आहे. ब्रह्मज्ञ सूर्यासारखा निर्दोष असतो. सर्व सुगंधी व दुर्गंधी वस्तूंना सूर्य वाळवितो, पण तो सुगंध वा दुर्गंधात रमत नाही. ब्रह्मज्ञाकडे सज्जनही येतात. दुर्जनही येतात; पण या दोघांपासूनही ब्रह्मज्ञ अलिप्तच असतो. ब्रह्मज्ञाची दृष्टी समान असते. गरीब-श्रीमंत, विद्वान-मूर्ख असा भेद ब्रह्मज्ञ करत नाही. ब्रह्मज्ञानी विकारातीत, त्रिगुणातीत, द्वंद्वातीत, मायातीत, बंधनातीत असतो. ब्रह्मज्ञ विनम्र असतो. ब्रह्मज्ञ निश्चल व निश्चयी असतो. ब्रह्मज्ञाचा सहवास भाग्यानेच मिळतो. साधकांचा आदर्श ब्रह्मज्ञ असतो, म्हणून गुरुजींनी ब्रह्मज्ञाचे वर्णन केले आहे.

कार्य, कारण आणि कर्ता असे घटक कोणत्याही कृतीमागे असतात. वेदांतात यासाठी माती, माठ, चाक व कुंभार याचे उदाहरण दिले जाते. माठाची निर्मिती हे कार्य, माती हे उपादानकारण आणि कुंभार हा निमित्तकारण असतो. चाक हे करण असते. ब्रह्मांडाच्या निर्मितीबाबत गुरुजी सांगतात : **'करण कारण प्रभु एक है दूसर नाही कोइ।।'** कार्यामागचे कारणही प्रभूच आहे.' कर्ताही प्रभूच आहे. गुरुजींचा हा विचार पुढे न्यायचा झाला, तर कार्यही प्रभूच आहे, असे म्हणता येईल. कारण ब्रह्मांडाच्या रूपाने तोच नटला आहे. कार्य, कारण आणि कर्ता तोच आहे. **'जो तिसु भावै सोई होगु ।।'** हे सत्य गुरुजींनी सांगितले आहे. त्याला जे आवडते तेच होते; अन्य काही होऊ शकत नाही. देवाच्या राज्यात लोकशाहीचा सावळा गोंधळ नसतो. तो निःस्वार्थी, कल्याणकारी हुकूमशहा आहे असे म्हटले तरी चालेल. तसेच तो लहरी बदशहा नाही. त्याने एक विधि-विधान बनविले आहे, ज्याला संस्कृत भाषेत 'ऋत' म्हटले जाते. हे विधि-विधान तो स्वतःदेखील तोडत नाही. या विधानात तो भरही घालत नाही वा दुरुस्त्याही करत नाही. एका शिस्तबद्ध सूत्रात त्याच्या राज्याचा व्यवहार चालतो.

आणखी एक सत्य गुरुजी असे सांगतात :

'सुखी बसै मसकीनीआ आपु निवारि तले ।।
बडे बडे अहंकारीआ नानक गरबि गेले ।।'

ज्यांनी अहंकार सोडून विनम्रता धारण केली, ते सुखी झाले. मोठमोठे अहंकारी नष्ट झाले. 'मुंगीसी मिळे साखर । हत्तीसी अंकुशाचा मार ।।' हा या जगाचा नियम आहे. तुकाराममहाराजांनी म्हटले आहे, 'महापुरे झाडे जाती । तेथे लव्हाळे राहती ।।' ताठ उभी असलेली झाडे महापुरात उद्ध्वस्त होतात. पूर येताच गवत खाली मान घालते. पुराचा आवेश ओसरू देते व पुन्हा उभे राहते. रावण-दुर्योधनासारखे, इदी अमिन, हिटलरसारखे कालौघात उद्ध्वस्त झाले आहेत; पण नम्र असलेले संत कीर्तिरूपात आजही शिल्लकच आहेत.

आम्ही राक्षसांविरुद्धच्या युद्धात जिंकलो, हा देवांचाही अहंकार परमात्म्याला सहन झाला नाही आणि त्याने टाकलेली साधी गवताची काडी वारा हलवू शकला नाही, अग्नी जाळू शकला नाही, अशी कथा केनोपनिषदात आहे. विविध पुराणांतही कोणाचा गर्व कोणी दूर केला याच्या कथा आहेत. आम्ही आपली डोकी ठिकाणावर ठेवावीत आणि सत्ता, संपत्ती, रूप, जात, शिक्षण, तारुण्य अशा विविध बाबींनी माजू नये, यासाठी त्या कथा सांगितलेल्या आहेत. पण 'नच कश्चित् श्रुणोति माम् ।' हे म्हणायची वेळ आम्ही करंट्यांनी महर्षी व्यासांवर आणली.

अहंकाराचा परिणाम काय होतो, याबाबत गुरुजी सांगतात, **'जिसके अंतरि राज अभिमानु ।। सो नरक पाती होवत सुआनु ।।'** ज्याच्या अंत:करणात अभिमान आहे, तो नरकात पडणारा कुत्रा आहे. ज्याला तारुण्याचा अभिमान असतो, तो विष्ठेतील किडा होतो. केलेल्या शुभ कर्मांचा ज्याला अभिमान होतो, त्याला पुन: पुन्हा जन्म घ्यावा लागतो. धन व भूमीचा अभिमानी मूर्ख असतो, आंधळा असतो व अज्ञानी असतो, असे गुरुजी म्हणतात. लक्ष्मी चंचल असते. कालचे लक्षाधीश आजचे भिक्षाधीश झाल्याच्या अनेक कथा इतिहासात असतानाही जे त्यापासून बोध घेत नाहीत; त्यांना मूर्ख, आंधळे व अज्ञानी म्हणण्यावाचून गुरुजींसमोर दुसरा पर्याय नव्हता.

एक मोलाची बाब गुरुजी सांगतात— **'करि किरपा जिसकै हिरदै गरीबी बसावै ।। नानक ईहा मुकतु आगै सुखु पावै ।।'** विनम्रतेच्या लेण्याने प्रभू ज्यांना अलंकृत करतो, ते लोक मुक्त होतात व परलोकात सुखी होतात. गुरुजींचे हे पद अर्थ समजून, त्यावर चिंतन करून रोज पठणात असावे इतके मोलाचे आहे. गुरुजी म्हणतात, 'कोटि करम करै हउ धारे । स्त्रमु पावै सगले बिरथारे ।।' करोडो शुभ कर्मे केल्यावरही जर चित्तात अहंकार निर्माण झाला, तर सर्व परिश्रम व्यर्थ

आहेत. केलेल्या तपस्येचाच अहंकार निर्माण झाला, तर कर्मफल भोगून झाल्यावर जन्म घ्यावा लागतो. 'ज्यांचा अहंकार गळाला नाही, त्यांना परमेश्वराच्या दरबारात कसा प्रवेश मिळेल?' असे गुरुजी विचारतात. आपल्या कल्याणाची एक बाब गुरुजी सांगतात— **'सरब की रेन जा का मनु होइ ।। कहु नानक ता की निरमल सोइ ।'** 'नम्र होई सर्व भूतां । तेणें आकळिले अनंता' असे तुकाराममहाराज सांगतात. अहंकार चोरपावलाने नकळत निर्माण होतो व माणूस आत्मघाताला निमंत्रण देतो. प्रयासाने, निर्धाराने व विवेकाने विनम्रता अंगी बाणवावी लागते. सद्ग्रंथांच्या वाचनातून व संतांच्या सहवासातून विनम्रता विकसित करण्याचे महत्त्व लक्षात येते. स्वत:ची नगण्यता मनुष्य च्या लक्षात आली पाहिजे. नगण्यता लक्षात येणे, ही जीवनातील फार मोठी उपलब्धी असते.

आम्ही सामान्यजन स्वत:च्या खुज्या फूटपट्ट्यांनी संतांना मोजत असतो. त्यांना समजून घेण्याची आमची योग्यता नसल्यामुळे अज्ञानापोटी संतांवर टीकाही करतो. संतांची निंदा करणे करणे किती घातक आहे, याबाबत गुरुजी सांगतात, **'संत कै दुखनि आरजा घटै ।।'** संतांची निंदा करणाऱ्यांचे आयुष्य कमी होते. संतांची निंदा करणाऱ्याचे सर्व सुख संपते व निंदक नरकात पडतो. निंदकाची बुद्धी मलिन होते. तो अपवित्र बनतो. संतांची निंदा करणाऱ्याला काय भोगावे लागते याची गुरुजींनी केलेली वर्णने इतकी प्रभावी आहेत की, या पदाचा अर्थ समजून घेणाऱ्याच्या जिभेवर संतनिंदेचा शब्द कधीच येणार नाही.

अहंकार निर्माण न होण्याचा एक चांगला मार्ग गुरुजींनी सांगितला आहे. ज्या ज्या कारणांमुळे वा गुणांमुळे अहंकार निर्माण होतो, ती कारणे वा ते गुण ही ईश्वराची देणगी आहे; हे सत्य जाणले तर, अहंकार निर्माण होणार नाही. विचार स्पष्ट करण्यासाठी गुरुजींनी अनेक उदाहरणे दिली आहेत. ते म्हणतात, **'रूपवंतु होइ नाही मोहै । प्रभ की जोति सगल घट सोहै ।।'** रूपवानाने समजू नये की, रूपामुळे मी सर्वांना मोहित करू शकतो. त्याने विचार करावा की, रूप मिळविण्यासाठी मी कोणते श्रम घेतले आहेत? रूप ही तर ईश्वरी देणगी आहे. त्यामुळे रूपाचा अभिमान मी कशासाठी बाळगू? बुद्धी, यौवन, सामर्थ्य, विविध कला अशा सर्वच बाबी ईश्वरी कृपेनेच मिळतात. आम्ही हे गुण परिश्रमाने विकसित करतो. पण मुळात हे गुणच नसते, तर विकास कसा करू शकलो असतो?— असा विचार केला, तर अहंकार निर्माण होणार नाही. श्रेष्ठ गायक बालगंधर्व म्हणत, 'रूप, गोड गळा ही ईश्वरी देणगी आहे, त्यासाठी मी काय केले आहे?' ते अहंकारी का नव्हते याचे उत्तर वरील विधानातून मिळते. ज्यांना जीवनाचा अर्थ कळालेला असतो, ते अहंकारी

नसतात. आमच्यासारखे घुंगुरडे थोडेसे काही जवळ असले की नाचतात, मिरवतात, अहंकारी बनतात. उथळ पाण्याला खळखळाट जास्त असतो. पाण्याला खोली व व्याप्ती असली की, ते शांत असते. अहंकारासंदर्भात गुरुजींनी निरोगीपणाची एक तलम कल्पना मांडली आहे. **'जिसु गुर प्रसादि तूटै हउ रोगु । नानक सो जनु सदा आरोगु ।।'** खरा निरोगी तोच, ज्याचा अहंकार गुरुकृपेने गळाला आहे. अहंकार नसणे हे मनाचे निरोगीपण आहे; ज्यासाठी ही देवदया, गुरुकृपा असावी लागते. 'सुखमनी' हा साधकांसाठी मार्गदर्शनाचा एक परिपूर्ण ठेवा आहे. हे विचार जे आत्मसात करू शकतील, ते अतिशय भाग्यवंत ठरतील. आत्मोद्धाराचा राजमार्ग त्यांच्यासाठी खुला असेल. गुरुजींचा खालील विचार मानवाची दु:खे संपविणारा आहे : **'मन मुरख काहे बिललाईऐ । पुरब लिखे का लिखिआ पाईऐ ।।'** गुरुजी सांगतात— हे मूर्ख मना, तू दु:ख कशासाठी करतोस? प्रारब्धाप्रमाणेच सर्व काही तुला मिळते आहे; त्यामुळे दु:ख न करता, उगाच इकडे-तिकडे न भटकता, दु:ख दूर होण्यासाठी प्रभूला शरण जा; त्याचे स्मरण कर.

बऱ्याचदा आमच्या अज्ञानातून, विवेकहीनतेतून दु:ख निर्माण होते. आपल्यापेक्षा अधिक पटीने दु:ख असलेल्यांची संख्या जगात कमी नाही. अशा लोकांचा विचार केला की, आपण जास्त कष्टी होत आहोत, हे उमगते. अमावास्येनंतर प्रतिपदा येतेच, असा विचार केला; तर दु:खाची तीव्रता कमी होते. तसेच आपण कितीही दु:खात असलो, तरी जगात आशादायी-आनंददायी बाबीही असतात. थोडक्यात, दु:ख कमी होते ते विवेकाने, ईश्वरावरील श्रद्धेने, संयमाने, तटस्थ वृत्तीने; 'हे सर्व विकसित करा', हे गुरुजींच्या उपदेशाचे मर्म आहे.

परमात्मा कसा आहे व त्याची प्राप्ती कशी होते, यासंबंधी गुरुजी सांगतात : **'रूपु न रेख न रंगु किछु त्रिहु गुण ते प्रभ भिंन । तिसहि बुझाए नानका जिसु होवै सुप्रसंन ।।'** रंग, रूप, आकार, सत्त्वादी तीन गुणांच्या पलीकडे असलेला परमात्मा ज्याच्यावर प्रसन्न असतो, त्यालाच तो आपले स्वरूप कळू देतो. आपण निवडून दिलेला आमदारही त्याची इच्छा असेल, तरच आपल्याला भेटतो. ज्या प्रभूवर आपली कोणतीही सत्ता नाही, तो आपल्या इच्छेने आपल्याला कसा जाणवेल? त्याची इच्छा असेल, तरच तो स्वत:चे स्वरूप दाखवेल.

परमात्मा कसा आहे, याबाबत गुरुजी सांगतात :

'नाना रूप नाना जा के रंग । नाना भेख करहि इक रंग ।
नाना बिधी कीनो बिसथारु ।।
प्रभु अबिनासी एकंकारु । नाना चलित करे खिन माहि ।

पूरि रहिओ पूरनु सभ ठाइ । नाना बिधी करि बनत बनाई ।
अपनी कीमति आपे पाई । सभ घट तिस के ठाउ ।
जपि जपि जीवै नानक हरि नाउ ।'

रूप, रंग, वेष अनेक असले तरी या विविधतेत परमात्म्याच्या रूपात एकताच असते. अनेक विधींनी परमेश्वराने सृष्टीचा विस्तार केला आहे. क्षणभरात तो काहीही करू शकतो. तो पूर्णपुरुष सर्वव्यापक आहे. त्याची स्वत:ची थोरवी तोच जाणू शकतो. जगातील सर्व शरीरे व सर्व स्थाने त्याचीच आहेत. त्या हरीचा जप करत जगावे.

रूप, रंग, वेष यांतील भिन्नतेमुळे परमात्म्याचे स्वरूप बदलत नाही. ही भिन्नता त्याच्या आश्रयाने राहते वा तो या भिन्नतेत नटला आहे. जग विनाशी असले, तरी परमात्मा अविनाशी आहे. परमात्म्याचे अस्तित्व अखंड आहे. त्रिकालाबाधित आहे. परमात्म्याचा नाश कधीच होऊ शकत नाही. जग व जगातील सर्व काही कधी तरी अस्तित्वात आले आहे, त्यामुळे हे सर्व कधी तरी लयाला जाणारच आहे. या येण्या-जाण्याच्या प्रक्रियेत परमतत्त्व तेवढे स्थिर आहे. खो-खोच्या खेळात खेळाडू बदलतात, पण खांब तेच असतात. प्रवासी बदलतात, पण रेल्वेचा डबा वा बस तीच असते. नश्वर जगातही सापेक्षतेने काही चल, तर काही स्थिर असते. जगातील सगळी अस्थिरता, सगळी गतिमानता परमात्म्याच्या आश्रयाने राहते. परमात्मा एकच आहे व तो ओंकारस्वरूप आहे. आपल्या श्रद्धेप्रमाणे, परंपरेप्रमाणे, आवडीप्रमाणे आपण त्याला वेगवेगळी नावे देतो; पण तो एकच असतो. ब्रह्मांडात असे एकही स्थान दाखविता येत नाही, जिथे परमात्मा नाही. परमात्म्याची यथार्थ थोरवीही आपण जाणू शकत नाही. त्याची थोरवी तो स्वत:च जाणू शकतो. जेवढे प्राणी, जीव-जंतू, पक्षी, कीटक वा सगळी जीवसृष्टी, सगळे निर्जीव, सगळे जड व चेतन, दृश्य-अदृश्य त्यानेच व्यापलेले आहे. त्याच्याशिवाय जगात दुसरे काहीही नाही. अशा परमात्म्याचे स्मरण करत, त्याचे नाव जपत आम्ही सुखाने जगू शकतो.

सदगुरू कोणाला म्हणावे, ते करतात काय; याचेही वर्णन गुरुजींनी केले आहे. ते म्हणतात, **'सति पुरुखु जिनि जानिआ सतिगुरु तिस का नाउ । तिस कै संगि सिखु उधरै नानक हरि गुन गाउ।।'** सत्यस्वरूप, पुराणपुरुष परमात्म्याला ज्याने जाणले आहे, त्याला सद्गुरू म्हणावे. सद्गुरूंच्या सहवासात हरिगुण गाणाऱ्या शिष्याचा उद्धार होतो. सत्य जाणणारा सद्गुरू शिष्यात सत्यनिष्ठा निर्माण करू शकतो. शिष्याला सन्मार्गावर नेऊ शकतो, सत्यस्वरूप परमात्म्याची भेट करवून देतो. सद्गुरू कोणाला म्हणावे, हे शिष्याला कळणे आवश्यक असते; अन्यथा

त्याची दिशाभूल होण्याची शक्यता असते. बऱ्याचदा बाह्य देखाव्याला अनेक जण भुलतात व फसतात.

गुरू काय करतात, यासंबंधी गुरुजी सांगतात, **'सतिगुरु सिख की करै प्रतिपाल ।।'** शिष्याचे पालन-पोषण सद्‌गुरू करतात. शिष्याचे विकारांपासून संरक्षणही करतात. शिष्य मातीचा गोळा असतो, त्याला आकार देण्याचे काम सद्‌गुरू करतात. शिष्याची दुर्बुद्धी सद्‌गुरू दूर करतात. विविध विषयांची सखोल माहिती, शास्त्रांचे ज्ञान देऊन, ग्रंथाध्ययन करवून घेऊन शिष्याला मायापाशांची जाणीव करवून देतात आणि पाशमुक्त होण्यासाठी प्रेरणा देतात. गुरुजी म्हणतात, **'सतिगुरु सिख कउ जीअ नालि समारै ।।'** सद्‌गुरू शिष्याला स्वतःच्या जीवात्म्याजवळ सांभाळतात, म्हणजे परमोच्च सावधगिरीने व प्रेमाने सांभाळतात. जनार्दनस्वामी व एकनाथमहाराज यांच्या संबंधातून ही बाब जाणवते. शिष्याच्या साधनेवर, त्याच्या वागणुकीवर सद्‌गुरूंचे बारीक लक्ष असते. अर्थात, हे सर्व अंतेवासी शिष्यांच्या बाबतीत जास्त शक्य असते.

आम्ही पैसे कमावण्यासाठी खूप धावपळ करत असतो. धन मिळवितो, उपभोगांत रमतो. पण आमचा देह सुटतो, तेव्हा धन वा उपभोगाची साधने आमच्यासोबत येत नाहीत. ही बाब आम्ही गांभीर्याने कधीच विचारात घेत नाही, अन्यथा आम्ही वेगळ्या पद्धतीने वागलो असतो. जे करायला पाहिजे, ते आम्ही करत नाही. म्हणून गुरुजी सांगतात, **'साथि न चालै बिनु भजन बिखिआ सगली छारु । हरि हरि नामु कमावना नानक इहु धनु सारु ।।'** परलोकात हरिभजनाशिवाय अन्य काही (म्हणजे सत्ता, संपत्ती) जीवात्म्यासोबत जात नाही. ही सगळी माया विष वा राखेसारखी आहे. हरिनामरूपी धन हेच श्रेष्ठ आहे. ते कमावता येईल तेवढे कमवावे. त्यावर कोणतेही बंधन नाही, त्यावर कोणताही कर द्यावा लागत नाही.

परमामत्म्याचे स्वरूप गुरुजींनी आणखी एका पद्धतीने सांगितले आहे. ते म्हणतात, **'सरगुन निरगुन, निरंकार सुंन समाधी आपि । आपन कीआ नानका आपे ही फिरि जापि ।।'** निराकारही तोच आहे । तोच आहे साकार । निर्विकल्प समाधी लावता । ध्यानी येई त्याचा प्रकार ।। निर्गुणातूनच सगुण निघाले, निराकारातूनच आकार आला, असेही वर्णन गुरुवाणीत आहे. काय श्रेष्ठ, काय कनिष्ठ याची चर्चा करण्यात अर्थ नसतो. आपण ज्या परंपरेचे असतो, त्या परंपरेची विचारधारा अमलात आणावी. भक्तीत भांडण नसते, व्यापकता असावी लागते. समन्वय साधावा लागतो. मला जेवढे कळते, त्याच्या पलीकडेही सत्य असू शकते, अशी भावना ठेवावी लागते.

परमात्म्याचे आणखी एक स्वरूप गुरुजींनी असे सांगितले आहे : **'पुरा प्रभु आराधिआ पुरा जा का नाउ । नानक पुरा पाइआ पुरे के गुन गाउ ।।'** प्रभू पूर्ण आहे, त्याचे नावही पूर्ण आहे. गुरुजी म्हणतात, 'मी पूर्ण प्रभूला नामाद्वारे प्राप्त केले आहे व त्या पूर्ण प्रभूचे गुण मी गातो. सर्व ब्रह्मांडाला व्यापून परमात्मा शिल्लक उरला आहे. त्याच्या कोणतीही अपूर्णता नाही. तो सर्वार्थाने परिपूर्ण आहे.' गुरुजींचा हा श्लोक वाचताना उपनिषदातील 'ॐ पूर्णमदः पूर्णमिदं पूर्णात्पूर्ण मुदच्यते । पूर्णस्य पूर्णमादाय पूर्णमेवावशिष्यते । ' हा शांती मंत्र आठवला. ॐ ते पूर्ण आहे, हेही पूर्ण आहे. पूर्णातून पूर्णाचेच निष्पन्न होते. पूर्णातून पूर्ण वजा केले, तरी पूर्णच शिल्लक उरते. आत्मतत्त्व पूर्ण आहे, हे जगत्ही पूर्ण आहे. जगत् परमात्म्याने निर्माण केले आहे, म्हणून ते पूर्ण आहे. पूर्णत्वाची संकल्पना लक्षात येण्यासाठी वायुमंडलाचे उदाहरण विचारात घेऊ. वायुमंडलातून यंत्राद्वारे थोडी हवा काढून घेतली वा यंत्रद्वारा निर्माण करून वायुमंडलात थोडी सोडली, तरी वायुमंडलातील हवेच्या पूर्णत्वाला बाधा येत नाही. परब्रह्मातून जग वेगळे निघाले, तरी परमेश्वराचे पूर्णत्व पूर्वी जसे होते तसेच अबाधित आहे. त्या पूर्णत्वात काही फरक पडला नाही. परब्रह्मातून जग वेगळे निघाले, ही भाषा केवळ समजण्यासाठी वापरली आहे. जगालाच परमात्म्याने व्यापले आहे व जगातच तो सामावला आहे, म्हणून वेगळे निघण्याचा प्रश्नच उद्भवत नाही. परमात्म्यात काही मिसळणेही शक्य नसते. त्यामुळे त्याचे पूर्णत्व अखंडच असते, अबाधित असते. पूर्णत्वाच्या संदर्भात गुरुवाणीत एक वचन असे आहे : **'पूरे का किया सब पूरा घट वध किछ नाही ।'** पूर्ण परमेश्वराने निर्माण केलेले सर्व पूर्ण आहे. त्यात वाढ वा घट होत नाही. पूर्ण शब्दातून परिपूर्णताच स्पष्ट होते. सगळ्या अपूर्णता जिथे संपतात, ती परमात्म्याची पूर्णता असते. सर्वच बाबींत पूर्णता असणे व कशातही अपूर्णता नसणे, ही परमेशाची पूर्णता असते. जगात जेवढे गुण आहेत, ते सर्व गुण परमात्म्यात असतात. जगात जे-जे चांगले, दिव्य, भव्य, मनोहर, रम्य असते; ते सर्व परमात्म्यात असते. त्याच्यात नाही आणि जगात आहे, असे काहीच नाही. उलट जगात जे काय नसेल, ते त्याच्याजवळ आहे. म्हणून परमात्म्याला पूर्ण म्हटले जाते.

चोविसाव्या अष्टपदीत नामाचे महत्त्व सांगून गुरुजींनी हे काव्य पूर्ण केले आहे. नामाचे लाभ त्यांनी खालीलप्रमाणे सांगितले आहेत :

'खेम सांति रिधि नव निधि ।
बुधि गिआनु सरब तह सिधि ।
बिदिआ तपु जोगु प्रभ धिआनु ।

गिआनु स्त्रेसट उत्तम इसनानु ।
चारि पदारथ कमल प्रगास ।
सभ कै मधि सगल ते उदास ।
सुंदरु चतुरु तत का बेता ।
समदरसी एक द्रिसटेता ।
इह फल तिसु जन कै मुखि भने ।
गुर नानक ना बचन मनि सुने ।'

क्षेम, शांती, रिद्धी, नवनिधी, बुद्धी, ज्ञान, सर्व सिद्धी, विद्या, तपस्या, योग, ध्यान, श्रेष्ठ व उत्तम ज्ञान, स्नान; चार पुरुषार्थ आणि हृदयकमळाचा विकास, सर्वांत राहून सर्वांत अलिप्त असलेला, सुंदर गुणांचा, चतुर, तत्त्ववेत्ता, समदर्शी आणि एकतेत अनेकता बघणारा. ही सर्व फले त्याला मिळतात, जो गुरूकडून मिळालेले नाम जपतो. वरील पदातील प्रत्येक शब्द गांभीर्याने विचारात घेण्यासारखा आहे.

क्षेम : या शब्दाचा अर्थ जे मिळाले आहे ते टिकणे, अबाधित राहणे हा आहे. आरोग्य, सत्ता, संपत्ती, रूप, सामाजिक प्रतिष्ठा, बुद्धी, प्रतिभा या बाबी देवाकडून मिळाल्या आहेत आणि त्या अबाधित राहिल्या पाहिजेत. तसेच देवावरचे प्रेमही टिकले पाहिजे. ते जर टिकले नाही, तर साधक संपतो. हे सर्व टिकणे हे 'क्षेम' आहे.

शांती : म्हणजे चित्त अशांत न होणे. जीवनात अनेक घटना अशा घडतात, ज्यामुळे मन:शांती उद्‌ध्वस्त होण्याची शक्यता असते. अशा परिस्थितीतही ज्याची शांती अभंग राहते, तो काही प्राप्त करू शकतो. आलेल्या आपत्तींनी कोलमडून न पडणे, सुख-दु:खात मनाचा तोल बिघडू न देणे, मनात उठणाऱ्या विविध तरंगांनी अशांत न होणे— ही मनाची शांती असते.

रिद्धी : म्हणजे समृद्धी. धन, धान्य, पुत्र, चल व अचल मालमत्ता यांची विपुलता. कौटुंबिक सौख्य, दीर्घायुष्य व आरोग्य टिकणे.

नवनिधी : देवांचा कोषाध्यक्ष असलेल्या कुबेराकडे संपत्तीचे नऊ प्रकारचे अक्षय साठे आहेत, त्याला नवनिधी म्हणतात. त्यातील कितीही धन खर्च केले तरी हे साठे रिकामे होत नाहीत, हे या साठ्यांचे वैशिष्ट्य असते. नवनिधी हा शब्द श्रवणादी नवविधा भक्तीसाठीही वापरला जातो. साधनेच्या दृष्टीने ही नवविधा भक्ती महत्त्वाची असते.

बुद्धी : ही ईश्वरी देगणी परिश्रमाने वाढविली जाते. साधनेसाठीही बुद्धी

आवश्यक असते. योग्य-अयोग्य याचा निर्णय साधकाला करावा लागतो. साधकाची स्मृतीदेखील तल्लख असावी लागते. त्याने वाचलेले योग्य वेळी आठवले पाहिजे. प्रसंगी साधकाला विश्लेषणही करावे लागते.

गिआनु : गिआनु म्हणजे ज्ञान हा शब्द वरील पदात दोन वेळा आला आहे. पहिला गिआनु हा शब्द वाचून-ऐकून मिळविलेली माहिती या अर्थाचा आहे. दुसऱ्यांदा आलेला हा शब्द आत्मज्ञान या अर्थाचा आहे.

सरब सिद्धी : अणिमा, गरिमा, महिमा अशा प्रकारच्या सिद्धी आहेत, ज्यांना महासिद्धी असेही म्हटले जाते. या आठ प्रकारच्या सिद्धींची आठ विशिष्ट कार्ये असतात. सिद्धीचा स्थूल अर्थ यश किंवा इच्छापूर्ती हादेखील आहे.

बिदीआ : म्हणजे विद्या. सर्व विद्यांत अध्यात्मविद्या श्रेष्ठ आहे. भगवंताकडे नेणारी ही विद्या आहे. साधकाची प्रगती या विद्येशिवाय होऊ शकत नाही.

तपु : या शब्दाचा अर्थ तापविणे आहे. विशिष्ट क्रिया सातत्याने करणे याचा अर्थ तप आहे. तपःश्चर्येशिवाय आत्मज्ञान होत नाही. कायिक, वाचिक, मानसिक अशी त्रिविध तपे असतात. गीतेत हा विषय सविस्तरपणे मांडण्यात आला आहे.

योग : या शब्दाचा अर्थ जोडले जाणे हा आहे. योग म्हणताच 'पतंजली योग' वा योगासने डोळ्यांसमोर येतात. शरीर व मनाचे आरोग्य टिकविण्यासाठी याचा उपयोग होतो. कुंडलिनी जागृतीपर्यंतची ही साधना आहे. भगवंताशी जोडले जाणे, हा उद्देश अध्यात्ममार्गात असतो. नामजपाने, भगवंताच्या गुणसंकीर्तनाने, सदाचरणाने भगवंताशी जोडले जाणे शक्य होते. भक्तियोग, कर्मयोग असे शब्द आपण वापरतो, ते भगवंताशी जोडले जाण्याच्या संदर्भात.

ध्यान : महर्षी पतंजलींनी 'ध्यानं निर्विषयं मनः ।।' अशी ध्यानाची व्याख्या केली आहे. मन रिकामे, स्वच्छ करण्याची ही प्रक्रिया आहे. आपल्यासारखी सामान्य माणसे फार काळ मन रिकामे ठेवू शकत नाहीत. म्हणून मनात भगवंत साठविला, तर मनातील इतर विषय पळ काढतात. ध्यानात मनाची एकाग्रता वा भगवंताचे अनुसंधान महत्त्वाचे असते. अनुसंधान अखंड होणे, ही कठीण बाब आहे.

इसनान : अंघोळ हा शब्द अंगावर पाणी ओतण्याइतका सीमित नाही. अंघोळीपूर्वी जो संकल्प केला जातो, तो असा आहे : 'कायिक वाचिक मानसिक, सांसर्गिक-सर्व-दोष-परिहारार्थ गंगास्नानम् अहं करिष्ये ।।' रोगजंतूंच्या संसर्गाने काही आजार जडू शकतात. काही रोगजंतू स्नानामुळे धुतले जाऊ शकतात. स्थानिक नदीच्या, विहिरीच्या, कूपनलिकेच्या पाण्याने जरी स्नान केले जात असले, तरी भावना गंगाजलाची केली जाते. काया, वाचा, मन यांना होणाऱ्या विविध संसर्गजन्य

दोषांची शुद्धी— इतका गहन अर्थ स्नान या संकल्पनेत आहे. केवळ शारीरिक स्वच्छता इतका सीमित अर्थ स्नानामागे नाही. काया, वाचा व मन यांना पावित्र्य प्राप्त करून देणे, हाही स्नानामागे उद्देश असतो. म्हणून अंघोळ करताना विष्णुसहस्रनाम, पुरुषसूक्त, गीतेचा पंधरावा अध्याय, हरिपाठ वा आवडणारी स्तोत्रे म्हणायची प्राचीन पद्धत आहे. बाथरूम सिंगिंगच्या पलीकडचा हा विचार आहे. चित्रपटगीते म्हणत अंघोळ केली तर शरीर स्वच्छ होईल, पण मन पवित्र होणार नाही.

चारीपदारथ : म्हणजे धर्म, अर्थ, काम व मोक्ष हे चार पुरुषार्थ. धर्म-मोक्षाच्या संपुटात 'अर्थ-काम' असावेत, अशी प्राचीन धारणा आहे. भारतीय संस्कृतीत कामाला पुरुषार्थ मानले गेले आहे, पाप मानले गेले नाही. धर्माला अविरुद्ध काम असावा, अशी वैदिक धारणा आहे. मोक्ष हे जीवनाचे लक्ष्य असावे व त्याच्या प्राप्तीसाठी धर्माचरण आवश्यक आहे. लक्ष्यापर्यंतची वाटचाल करताना शुचिर्भूत अशा अर्थ-कामाला आमच्या संस्कृतीची परवानगी आहे.

कमल प्रगास : हा शब्द गुरुवाणीत अनेकदा येतो. चित्ताची प्रसन्नता, मन आनंदित व प्रफुल्लित होणे म्हणजे कमल प्रगास. चित्त प्रफुल्लित असणे साधनेसाठीही उपयुक्त आहे, आवश्यक आहे. सचिंत, खिन्न मनाने साधनेत एकाग्रता कशी लाभेल? साधनेमुळे मन प्रसन्न होते व प्रसन्न मनाने साधना उत्तम घडते.

सभ के मधि सगल ते उदास : उदास शब्दाचा अर्थ दुर्मुखलेला असा नाही. उत् + आस म्हणजे उदास. उत् म्हणजे वर, आस म्हणजे बसणे. सुख-समृद्धीत, ऐश्वर्यात असूनही भक्त यात अडकलेला नसतो. या सर्व साधनसामग्रीबाबत तो निर्विकार असतो, अनासक्त असतो. 'लव लगी जब रब की । तब रोटी मिले या ना मिले ।।' अशी ही अवस्था आहे. ऐश्वर्य असले, तरच साधक आनंदात असतो असेही नाही आणि ऐश्वर्य नसले तर तो दुःखी असतो, असेही नाही. भक्त सर्वांत राहून नामानिराळा असतो.

भक्त परमतत्त्वाचा अभ्यासक असतो. समदर्शी म्हणजे सर्वांकडे सारख्या दृष्टीने पाहणारा असतो. द्रष्टा म्हणजे ज्याला दूरचे कळते, असा असतो.

नामामुळे मिळणाऱ्या सर्व फलांची, योग्यतेची वा गुणांची परिपूर्ण माहिती गुरुजींनी या पदात दिली आहे. **'इह फल तिसु जन कै मुखि भने । गुरु नानक नाम बचन मनि सुने ।।'** असे गुरुजी पदाच्या शेवटी म्हणतात. क्षेमापासून द्रष्टापर्यंत जी गुणांची यादी गुरुजींनी दिली आहे, ते सर्व गुण वा लाभ गुरूंनी सांगितलेल्या नामाच्या जपाने साध्य होतात, असे श्रीगुरू अर्जुनदेवांचे सत्य वचन आहे. विविध प्रलोभने दाखविल्याशिवाय स्वार्थी माणसे भगवद् भजनी लागणार

नाहीत याची ऋषींना, संतांना, मुनींना, गुरूंना, तत्त्ववेत्यांना जाणीव होती. म्हणूनच सर्व स्तोत्रांच्या शेवटी फलश्रुती सांगितली जाते. गुरुजींनी नामजपाची फलश्रुतीच वरील पदात सांगितली आहे.

बालक मंदिरात जाणाऱ्या बालकांना शिकण्यात रस नसतो वा खूप शिकण्याची त्यांची अवस्थाही नसते. बालक मंदिरात नेणारी रिक्षा, तिथे जाण्यासाठी घालावा लागणारा ड्रेस, मध्यंतरात खायचा खाऊ, तिथे असणारी घसरगुंडी वगैरे खेळ यांचेच बालकांना आकर्षण असते. आमचेही तसेच आहे. आम्हाला ऐहिक लाभासाठी ईशभक्ती करायची असते. म्हणून 'पुत्रार्थीयासी मिळे पुत्र, धनार्थ्यासि लाभे धन, विवाहार्थ्याचे होई लग्न ॥' असे लाभ सांगितले जातात. या प्रलोभनांसाठी का होईना, लोक भक्ती करतील, असा उदात्त दृष्टिकोन फलश्रुती सांगण्यामागे असतो. श्रीगुरू अर्जुनदेवांनी आम्हा बालकांना विविध लाभांच्या चॉकलेट्सचे आकर्षण दाखविले आहे. हा खोटेपणा मात्र अजिबात नाही. ही फले मिळतातच, हे सत्य आहे. या फलांत रमायचे का, हे ज्याचे त्याने ठरवायचे आहे.

श्रीगुरू नानकदेव हे जर शीख धर्माचे मूळ मानले, तर श्रीगुरू अर्जुनदेव हे धष्टपुष्ट व सुंदर खोड आहेत, असे म्हणता येईल. शिखांचे तिसरे गुरूश्री अमरदास यांनी (आपल्या मुलीचा मुलगा असलेल्या) श्रीगुरू अर्जुनदेवांबद्दल जी भविष्यवाणी वर्तविली होती, ती श्रीगुरुजींनी आपल्या कर्माने सार्थ केली. श्रीगुरू अमरदास म्हणाले, **'दोहीता बाणी का बोहिथा ।।'** दोहीता म्हणजे मुलीचा मुलगा. बोहिथा म्हणजे जहाज. भक्तांना भवसागरातून तारणारे हे वाणीरूपी जहाज श्रीगुरू अर्जुनदेवांनी सांभाळले, समृद्ध केले व समाजाला दिले. तत्त्वज्ञानाच्या मांडणीला त्यांनी व्यापकता, भव्यता प्रदान केली आहे. श्रीगुरू अर्जुनदेवांची भाषा व विचारसौंदर्य आणि योग्यता स्पष्ट करण्याचे सामर्थ्य माझ्यात नाही, म्हणून त्यांना वंदन करण्यातच मी धन्यता मानतो. सुखमनीतील विचार मनाला सुखी, समृद्ध करणारे व मानवी जीवनाचे सार्थक करविणारे आहेत.

***

प्रकरण ३ रे

प्रार्थना : रहरासि व कीर्तन सोहिला

'रहरासि' ही शीख बंधूंची सायंकालीन प्रार्थना आहे. 'श्रीगुरू ग्रंथ साहिब'मध्ये 'रहरासि' असे शीर्षक नाही. अनुक्रमणिकेत 'सो दरु' असे शीर्षक आहे, पण प्रचलित नाव 'रहरासि' असे आहे. **'गुरमति नामु मेरा प्रान सखाई हरि कीरति हमरी रहरासि ।।'** असा एका पदात उल्लेख आहे. या ओळीतील शेवटचा शब्द 'रहरासि' असा आहे, जो प्रचलित झाला. श्रीगुरू नानकदेवांच्या (रामकली रागात गायिल्या जाणाऱ्या) एका पदात **'तिसु आगै रहरासि हमारी साचा अपर अपारा ।।'** अशी ओळ आहे. ज्यातून रहरासि चा अर्थ— नमन, प्रार्थना, याचना असा निघतो. फारसी भाषेतील 'रहे रासत' या दोन शब्दांची 'रहरासि' ही संधी आहे. रहे रासतचा अर्थ सरळ रस्ता असा आहे. शुद्ध, स्वच्छ व्यवहार असा अर्थ त्यातून ध्वनित होतो. रहे रासतचा आणखी एक अर्थ गूढ उपदेश असाही आहे. रूह की राहत रहे रासत असा अर्थ केला, तर 'आत्म्याचा आनंद' असा भाव आहे.

रोज संध्याकाळी 'रहरासि' ही प्रार्थना म्हटली पाहिजे, असा शीख धर्मात नियम आहे. **'ठंडे पाणी जो नहीं नावै । बिनु जपु पड़े बिन रैन जु सोवहि ।।'** असा 'रहितनाम्यात' उल्लेख आहे. भाई प्रहलादसिंह म्हणतात, **'प्रातःकाल गुर गीत न गावै । रहिरास बिन प्रसाद जो पावै । बाहर मुखी सिख तिस जानो । सब बरतन मिथिआ तिस मानो ।।'**

'रहरासि' हा प्रार्थनांचा समुच्चय आहे, त्यात श्रीगुरू नानकदेव, श्रीगुरू रामदास व श्रीगुरू अर्जुनदेव यांची पदे आहेत. ही पदे आसावरी व गुजरी या रागात गायिली जातात.

श्रीगुरू नानकदेवांचे पद **'सो दरु तेरा केहा सो घरु केहा जितु बहि सरब समाले ।।'** ही एक फारच सुंदर कल्पना आहे. गुरुदेव म्हणतात— हे परमेश्वरा, तुझ्या घराचे दार किती सुंदर असेल, तुझे घर किती सुंदर असेल; जिथे बसून तू

ब्रह्मांडाचे पालन-पोषण करतोस. तुझ्या घरासमोर असंख्य वादक आपली वाद्ये वाजवितात. असंख्य गायक सुंदर गायन करतात. पंचमहाभूते तुझी स्तुती करतात. चित्रगुप्त तसेच ब्रह्मा, विष्णू, महेश, इंद्रादी देव व अनेक देवता तुझे यशोगान गातात. अनेक सिद्ध पुरुष समाधी लावून तुझेच रूप न्याहळतात. ऋषी-मुनी वेदाध्ययनाद्वारे तुझी स्तुती युगानुयुगे करत आहेत. स्वर्गात अप्सरा, पृथ्वीवर मासे व कासव, गंगादी नद्या, अडुसष्ट तीर्थे तुझीच स्तुती गातात. जणू सगळे ब्रह्मांडच तुझी स्तुती करते आहे.' गुरुदेवांनी केलेले हे वर्णन अशा थाटात आहे की, जणू हे सर्व ते स्वत: डोळ्यांनी बघत आहेत!

परमात्म्याला आदेश देणारा ब्रह्मांडात कोणी नाही. **'सो पातिसाहु साहा पतिसाहिबु नानक रहणु रजाई ।।'** परमात्माच सम्राटांचा सम्राट आहे. अशा परमात्म्याच्या आज्ञेत सुखाने राहिले पाहिजे. गुरुदेवांनी केलेले हे वर्णन कल्पनारम्यतेचे एक उत्तम उदाहरण आहे. निमित्त कोणतेही असो; आपले मन ईशस्मरणात रमले पाहिजे. परमात्म्याच्या घराचे चित्र डोळ्यांसमोर आणल्याने मन भगवत् चिंतनात रमते, म्हणून गुरुदेवांनी परमात्म्याच्या घराची कल्पना केली असावी. निराकार परमेश्वराला मानणाऱ्या गुरुदेवांनी परमेश्वराच्या घराची कल्पना कशी मांडली, हा विचार अप्रस्तुत आहे.

हे प्रभू! सर्व लोक तू खूप सामर्थ्यवान, बलवान व गुणवान आहेस, असे सांगतात. पण तुझे मोठेपण ऐकून नीट कळत नाही, ते अनुभवाला आले तरच ते कळते. तुझे मोल कोणाला करता येत नाही. तुझे वर्णन कोणी करू शकत नाही, कारण तू वर्णनातीत आहेस. तुझे गुणगान गाणारे तुझ्याशी एकरूप होतात.

हे माझ्या स्वामी! तू गूढ आहेस, गंभीर आहेस. गुणांचा अगाध समुद्र आहेस. तुझी महानता कोणी जाणू शकत नाही. कारण ती पूर्णपणे जाणण्याची योग्यता कोणात नाही. तुझी व्यापकता किती आहे, हेही कोणी जाणू शकत नाही. मुंगी पृथ्वीचा व्यास कशी मोजू शकेल?

सर्वच पुण्य, दान, तप इत्यादी सत्कर्म करणाऱ्यांना तुझ्या कृपेशिवाय यश मिळत नाही. तुझ्या कृपेचा ओघ सुरू झाला की, तो अखंड असतो व तो कोणी थांबवू शकत नाही. भक्ताच्या मनाची एक तरल अवस्था श्रीगुरू नानकदेवांनी खालीलप्रमाणे व्यक्त केली आहे :

'आखा जीवा विसरै मरि जाउ ।। आखणि अउखा साचा नाउ ।। साचे नाम की लागै भूख ।। उतु भूखै खाइ चलीअहि दुख ।।' भक्ताची मानसिक अवस्था मोठी नाजूक असते. तो नामजपात रंगलेला असतो, तेव्हा त्याला

वाटते— **'आखा जीवा विसरै मरि जाउ ।।'** मी जोपर्यंत नाम जपतो आहे, तोपर्यंत मी जिवंत राहीन. ज्या क्षणी मला नामाचे विस्मरण होईल, तो माझ्या जगण्याचा शेवटचा क्षण असेल; असे वाटणे ही साधनेतील एक उच्च अवस्था आहे. आम्हाला नामजपाची गोडीच निर्माण झालेली नसते, म्हणून 'स्मरण ते जीवन । विस्मरण ते मरण ।।' असे आम्हाला कधीच वाटत नाही. नामजपात एकाग्रता-अखंडता लाभणे कठीण आहे. तसेच त्याच्या सतत अनुसंधानात राहणेदेखील फार कठीण आहे. आम्ही पामर भोगलालसेत, माया-ममतेत रंगतो, अडकतो. परमेश्वराचे स्मरण आम्ही करतोही, पण त्यात बहुधा परमप्रेम नसते. देवाचे स्मरण केले पाहिजे— या भावनेने, पूर्वसंस्काराने, वडिलोपार्जित पद्धतीने वा गुरू सांगतात म्हणून नामजप करतो, इतकेच.

गुरुदेव म्हणतात, **'साचे नाम की लागै भूख । उतु भूखै खाइ चलीअहि दुख।।'** नामस्मरणाची तळमळ आमच्या अंत:करणात निर्माण होऊ शकली, तर कोणत्याही दु:खाने आम्ही विचलित होणार नाही. ही तळमळ कशी असते, या संदर्भात पं. भास्करबुवा बखले यांची आठवण होते. पंडितजींची लाडकी एकुलती एक मुलगी वारली, तेव्हा क्रियाकर्मात भेटायला आलेल्याशी बोलण्यात त्यांचा वेळ जात असे. एकदा ते तळमळून म्हणाले, 'मला गाऊ द्या!' गायल्यानंतर त्यांचे दु:ख हलके झाले. विषयी माणूस विषयभोगासाठी, उपाशी माणूस अन्नासाठी, तहानेला पाण्यासाठी, दारुडा दारूसाठी जसा तडफडतो; तसे आम्ही नामस्मरणासाठी तडफडत नाही. कारण आमची भक्ती अंत:करणापासून नसते. एक बाह्य उपचार म्हणून आम्ही भक्ती करतो. खरी भक्ती त्यांचीच की ज्यांना वाटते, 'आखा जीवा विसरै मरि जाउ ।।' नामस्मरण श्वासाश्वासात भिनले पाहिजे. नामजप अखंड चालला पाहिजे. जगरहाटीप्रमाणे व्यवहारही घडेल, पण भगवंताशी असलेले अनुसंधान अबाधित राहिले पाहिजे. असे झाले, तरच आमची भक्ती खरी आहे असे मानता येईल. परमात्म्याच्या स्वरूपाचे वर्णनही गुरुदेवांनी केले आहे. ही गुरू, संतमंडळी परमात्म्याच्या स्वरूपाचे वर्णन वारंवार करतात. आमच्या मनात त्याच्या स्वरूपाबद्दल काही भ्रम असू नयेत, या हेतूने गुरुदेव सांगतात :

'ना ओहु मरै न होवै सोगु । देदा रहै न चूकै भोगु ।
गुणु एहो होरु नाही कोइ । ना को होआ ना को होइ ।।'

परमात्मा कधी मरत नाही, कधी शोक करत नाही; तो सदैव देतच राहतो. आम्हाला इतके देऊनही त्याचे भांडार रिकामे होत नाही वा त्याला काही कमी पडत नाही. हे गुण त्याच्याव्यतिरिक्त अन्य कोणात नाहीत. त्याच्या योग्यतेचा आजवर

कोणी झाला नाही व कोणी होणारही नाही.

परमात्मा कधी मरत नाही, हे म्हणताच; त्याने जन्मच घेतला नाही, त्याचा कोणी निर्माता नाही, तो स्वयंभू आहे. स्वयंप्रकाशी आहे, स्वावलंबी आहे— या सर्व बाबी आठवतात. जगात त्याच्याव्यतिरिक्त अन्य कोणताही जीव अजन्मा नाही. प्रत्येक जीवाला कोणत्या ना कोणत्या योनीत जन्म घ्यावाच लागतो. ब्रह्मांडाचा केव्हा तरी लय होणार आहे, पण परमात्म्याला मृत्यू येणे संभव नाही.

तो कधी शोकाकुलही होत नाही. जवळच्या नातेवाइकाचा-मित्राचा मृत्यू झाला, तर आपण शोकाकुल होतो; कारण आत्म्याचे अमरत्व आम्हाला समजलेले नसते. जगातील सर्वच जीव-जंतू त्याचे अंश आहेत आणि आम्ही ज्याला मृत्यू म्हणतो, ते त्याच्या दृष्टीने देहपरिवर्तन असते. म्हणून शोक करण्यासारखे कोणतेही दुःख त्याला होत नाही. तो सुख-दुःखातीत असतो.

'देदा रहै न चूकै भोगु ।' त्याच्याएवढा महान दाता या जगात अन्य कोणी नाही. त्याने आम्हाला जन्म दिला आहे, बुद्धी दिली आहे, जगण्याची संधी दिली आहे. आयुष्याचे सोने करायचे का माती करायची, हे ठरविण्याचे स्वातंत्र्य दिले आहे. माणुसकीची भावना दिली आहे. संपत्ती दिली आहे. करुणा, उदारता असे सद्गुण दिले आहेत. इतके मोठे दान आम्हाला कोण देईल? आम्हाला काही जरी दिले तरी त्याच्या सामर्थ्यात-ऐश्वर्यात कोणतीही घट होत नाही. त्याच्याजवळ जे-जे आहे ते अमर्याद आहे, अगणित आहे, अंतहीन आहे. म्हणून त्याने कितीही दिले तरी त्याच्याजवळचे काही कमी होत नाही, ही त्याची विशेषता आहे.

परमात्मा अद्वितीय आहे. त्याच्यासारखा दाता, गुणवान अन्य कोणीही नाही. ब्रह्मांडात जे काय आहे, ते त्याने निर्माण केलेले, अधिकारसंपन्न केलेले आहे. विविध देवांपासून क्षुद्र कृमीपर्यंत कोणीही त्याच्या तोडीचे नाही.

गुजरी रागात गायिल्या जाणाऱ्या प्रार्थनेत श्रीगुरू रामदास म्हणतात, **'हम कीरे किरम सतिगुरु सरणाई करि दइआ नामु परगासि ।।'** हे सत्पुरुषा, आम्ही कृमी-कीटकासारखे क्षुद्र आहोत. आम्ही तुला शरण आलो आहोत. आम्हाला तुझ्या नामाचे दान दे! या प्रार्थनेत आमची नगण्यता 'हम कीरे किरमे' या शब्दांत व्यक्त झाली आहे. स्वतःच्या नगण्यतेचे भान असले, तरच अहंकार निर्माण होत नाही व विनम्रता विकसित होऊ शकते. शरण जाणे म्हणजे स्वतःचा अहंकार सोडणे, स्वतःचे सर्वस्व विसरणे, प्रभूचे श्रेष्ठत्व मान्य करणे आहे. देवाला मागावे काय, याचा एक आदर्श गुरुजींनी आमच्यासमोर ठेवला आहे. **'करि दइआ नामु परगासि ।'** हा तो आदर्श आहे. देवाला लौकिकातील काही मागू नये, आमच्या

प्रारब्धाप्रमाणे आम्हाला ते मिळणार आहेच. तसेच कधी ना कधी मागितलेले संपणारही आहे. कितीही मिळाले, तरी आम्हाला ते कमीच वाटणार आहे. म्हणून लौकिक वस्तू मागण्यापेक्षा 'तुझी भक्ती दृढ होऊ दे, अविचलित राहू दे; तुझ्यावर व तुझ्या नावावर माझे प्रेम जडू दे!' अशी प्रार्थना करणे कल्याणाचे आहे. श्रीगुरू रामदास आणखी म्हणतात :

'मेरे मीत गुरुदेव मो कउ राम नामु परगासि ।

गुरुमति नामु मेरा प्रान सखाई हरि कीरति हमरी रहरासि ।।'

मित्रा गुरुदेवा, मला रामनामाचे दान दे (प्रेम दे). तुझ्या कृपेने प्राप्त होणारे नाम माझ्या प्राणाचा मित्र बनू दे— म्हणजे नामाबद्दल प्रेम निर्माण होऊ दे! रामनामात मी अखंड रमलो पाहिजे. परमेश्वराची कीर्ती हा माझ्या आत्म्याचा आनंद बनला पाहिजे. प्रभूकीर्ती ऐकून सन्मार्गाने जाण्याची मला बुद्धी झाली पाहिजे, अशी माझी प्रार्थना आहे.

गुरुजी सांगतात— हरिदासांचे भाग्य बलवत्तर आहे, कारण त्यांना हरिनामाचे प्रेम असते. हरिनामावरील त्यांची श्रद्धा अतूट असते. नामजपाबद्दल त्यांच्या मनात तळमळही असते. नामस्मरणानेच ते तृप्त होतात. त्यांना आणखी कशाची गरज उरत नाही. (त्यांच्या तहान-भुकेची तीव्रता कमी होते) असे भक्त संतांच्या सहवासात हरिगुणसंकीर्तनही करतात.

श्रीगुरू रामदासांनी एक उल्लेखनीय विचार मांडला आहे :

''जिन हरि हरि हरि रसु नामु न पाइआ ते भागहीण जम पासिस ।
जो सतिगुरु सरणि सगति नही आए ध्रिगु जीवे ध्रिगु जीवासि ।।' ज्यांना हरिनामात रस निर्माण झाला नाही, ते भाग्यहीन आहेत. त्यांचे जन्म-मृत्यूचे चक्र संपत नाही. जे परमेश्वराला किंवा सद्गुरूला शरण गेले नाहीत वा संतांच्या सहवासात गेले नाहीत, त्यांच्या जगण्याचा व जगण्याच्या इच्छेचा धिक्कार असो.

मानवी जन्म आत्मदर्शनासाठीच आहे. त्यादृष्टीने प्रयत्नच करत नसलो, तर आपले जगणेच निरर्थक ठरते; कारण उद्देशाची पूर्तता होत नाही. आमच्या अंत:करणात भक्तिभाव नसला, तरीही जर आम्ही नामजप करत असलो; तर उद्देशपूर्तीच्या दिशेकडे तरी आमचे तोंड असेल. पण आम्ही नामही जपत नसलो, तर मुक्त होण्याची एक सुसंधी आम्ही वाया घालविल्यासारखी होईल.

जे परमेश्वराला किंवा सद्गुरूला शरण गेले नाहीत वा ज्यांनी संतसमागम केला नाही, त्यांच्या जगण्याचा गुरू रामदासांनी धिक्कार केला आहे. धिक्काराची भाषा वापरण्यामागे लोकांना नामजपाचे, सद्गुरूला शरण जाण्याचे, संतांच्या सहवासात

रमण्याचे महत्त्व पटविणे— हाच हेतू असावा. ज्याला जशी भाषा समजते, तशी ती वापरावी लागते.

श्रीगुरू नानकदेव म्हणतात, **'हरि बिसरत तेरे गुण गलिआ ।।'** परमेश्वराला विसरल्याने सर्वश्रेष्ठ गुण नष्ट होतात. भक्तांची अशी धारणा असते की— त्यांच्यात जे गुण आहेत, ती भगवंताची देणगी आहे. त्यामुळे भगवंतस्मरणाने या गुणांना बळ प्राप्त होते व देवाला विसरल्याने गुणांचे बळ कमी होते. सूर्यग्रहण-चंद्रग्रहण या काळात आकाशात सूर्य-चंद्र असतानाही पृथ्वीवर अंधार पडतो, तसे देवाच्या विस्मरणाने गुण काळवंडतात. भक्तीबाबतच्या धारणा सामान्य तर्कापलीकडच्या असतात, त्यामुळे या धारणांचा विचार सामान्य तर्काने करणे अनुचित आहे.

शीखगुरू विषय कोणताही मांडत असले, तरी मधून-मधून परमात्म्याच्या स्वरूपाचे वर्णन ते करतातच. परमात्म्याचे यथार्थ स्वरूप मनात पक्के ठसले, तरच भक्ती सुयोग्य स्वरूपाची होईल, अशी त्यांची धारण असावी. श्रीगुरू रामदासांनी खालील पदात परमेश्वराचे स्वरूप वर्णिले आहे :

'सो पुरुखु निरंजनु हरि पुरुखु निरंजन हरि अगमा अगम अपारा । सभि धिआवहि सभि धिआवहि तुधु जी हरि सचे सिरजणहारा ।।' तो कर्ता पुरुष निष्कलंक आहे. तो हरी कोणत्याही कलंकापासून, कोणत्याही लेपापासून मुक्त आहे. भक्तांची दुःखे-पापे हरण करणारा, असा हरी शब्दाचा अर्थ आहे. इंद्रिये, मन आणि बुद्धी यांच्या आकलनक्षमतेपलीकडे परमात्मा असतो. परमात्म्याचा आरंभ व अंत कोणीच जाणू शकत नाही. ब्रह्मांडाचा निर्माता असलेल्या सत्यस्वरूप परमात्म्याचे ऋषी, मुनी, संत, गुरू, साधक, सामान्यजन असे सगळेच ध्यान करतात.

परमात्म्याची क्षमता, व्यापकता, अनंतता, अंतर्हीनता, सर्वज्ञता, सृजनशीलता, कालातीतता, वर्णनातीतता हा सदैव चिंतनाचा विषय असला पाहिजे. या चिंतनाचा आमच्या जीवनव्यवहारावर परिणाम होतो. आमचा स्वार्थ, अहंकार, मनाचा संकुचितपणा उणावू शकतो. विनम्रता निर्माण होऊ शकते, वाढू शकते. सहनशीलता वाढू शकते. विचारांना, वागण्याला उदात्तता लाभू शकते. इतरांना सहकार्य करण्याची, समजून घेण्याची वृत्ती वाढू शकते. सद्गुणांचा विकास व दुर्गुणांचा ऱ्हास वा उन्मूलन शक्य होते. म्हणून जमेल तसे, जमेल तेव्हा परमेश्वराच्या स्वरूपाचे चिंतन केले पाहिजे.

परमेश्वराच्या स्वरूपाबाबत गुरुजी सांगतात : हे प्रभू, घटाघटात तुझे निरंतर अस्तित्व आहे; तरीही जगात कोणी दाता आहे, तर कोणी भिकारी आहे. ही विषमता आश्चर्यजनक आहे.

परमात्म्याने ही विषमता निर्माण केलेली नाही. ही विषमता आमच्या कर्माचे

फल असते. स्वाती नक्षत्रात पडणारा पाऊस शेती पिकवितो, शिंपल्यात पडून मोती बनतो; साप-विंचवाच्या तोंडी पडून विषही बनतो. पडणारा पाऊस एकच असतो, पण त्याचे परिणाम वेगवेगळे असतात. वीज एकच असते. ए.सी.च्या रूपात ती थंडावा निर्माण करते, तर हीटरच्या रूपात उष्णता निर्माण करते.

गुरुजी म्हणतात, **'तेरे किआ गुण आखि वखाणा ।।'** हे प्रभू, तुझ्या कोणकोणत्या गुणांचे मी वर्णन करू? म्हणजे तुझे गुण अनंत आहेत. ते जाणण्याची माझी क्षमताच मर्यादित आहे व वर्णन करण्याचे सामर्थ्यही माझ्यात नाही. **'जिनि सेविआ जिनि सेविआ मेरा हरि जी ते हरि हरि रूपी समासी ।।'** गुरुजी म्हणतात— परमेश्वराची सेवा करणारे हरिरूप होतात, परमात्म्यात लीन होतात.

आपण अन्न खातो ते शरीराशी एकरूप व्हावे म्हणून. भक्ती करतो, परमेश्वराशी एकरूप होता यावे म्हणून. भक्तांचे अंतिम साध्य परमेश्वराशी एकरूप होणे हेच असते. भक्तीत आमची जशी स्थिती असेल, त्याप्रमाणे आम्ही या साध्यापासून जवळ वा दूर असतो. या संदर्भात गुरुजींनी लक्षात ठेवण्यासारखी एक बाब सांगितली आहे. **'जिसनो तू जाणाइहि सोई जनु जाणै ।।'** ज्यांना तुझे स्वरूप कळावे असे तुला वाटते, त्यांनाच तुझे दर्शन घडते. देवाचा साक्षात्कार सर्वांना होत नसतो. हा विचार 'य मै वैष वृणिते तेन लभ्यः।।' या शब्दांत उपनिषदातही आला आहे. साक्षात्काराच्या संदर्भात गीतेतही एक सत्य असे मांडले गेले आहे : 'हजारो माणसांत एखाद्याचीच भक्ती करण्याची इच्छा होते. भक्ती करण्याची इच्छा असणाऱ्यांमध्ये एखादाच भक्ती करतो. हजारो भक्ती करणाऱ्यांपैकी एखादाच माझ्यापर्यंत येऊन पोहोचतो.' गुरुवाणीतही हा विचार करोडोंत एक या प्रमाणात आला आहे.

श्रीगुरू नानकदेव यांनी एक अत्यंत मूलगामी प्रश्न विचारला आहे— **'मन एकु न चेतसि मूड़ मना ।।'** 'हे मूढ मना, माणसे मरताना बघूनही तुला परमेश्वराचे स्मरण होत नाही का?' बुद्धिमान माणसांची ही शोकांतिका आहे. हार्ट-ॲटॅकने माणसे मरतात, हे कळूनही चमचमीत, मिष्टान्नाचे भोजन किती जण सोडतात? वा आवश्यक तेवढा व्यायाम किती जण करतात? सीमित आहार व नियमित व्यायाम ही सुदृढ आरोग्याची गुरुकिल्ली आहे, हे आम्हाला माहीत नाही का? पण जिभेचे चोचले व आळसापोटी आम्ही आजारांना आमंत्रण देतोच ना? तसेच भक्तीबाबतही आहे. भक्ती करून उद्धरलेलेही आम्हाला माहीत असतात व भक्ती न करता मेलेलेही माहीत असतात. पण स्वहिताबाबत आम्ही असावे तेवढे जागरूक नसतो.

श्रीगुरू अर्जुनदेव यांचे खालील पद हे गुरुवाणीचे सार आहे, असे म्हटले

तरी चालेल.

'भई परापति मानखु देहुरिआ ।
गोबिंद मिलण की इह तेरी बरीआ ।।
अवरि काज तेरै कितै न काम ।
मिलु साध संगति भजु केवल नाम।।'

मनुष्यजन्म परमेश्वराला जाणण्यासाठी मिळालेला असतो. भक्ती सोडून जी इतर कामे केली जातात, ती कल्याणाची नसतात. संतांजवळ जावे आणि नामजप करावा, भक्ती करावी.

गुरुजींचे हे पद हृदयावर कोरून ठेवण्याच्या योग्यतेचे आहे. मनुष्यजन्माचे प्रयोजन व आपण काय केले पाहिजे, हे कमी शब्दांत पण प्रभावीपणे त्यांनी सांगितले आहे.

आम्ही कसे आहोत याचे वर्णन करून, एका प्रार्थनेने गुरुजींनी हा विषय पूर्ण केला आहे. ते म्हणतात, **'जपु तपु संजमु धरमु न कमाइआ । सेवा साध न जानिआ हरि राइआ । कहु नानक हम नीच करंमा । सरणि परे की राखहु सरमा ।।'**

हे देवा! मनुष्यजन्म मिळूनही मी जप, तप, संयम वा कोणतेही धार्मिक काम केलेले नाही. साधुसेवा करून ईश्वरालाही प्रसन्न केले नाही. आम्ही नीच कर्म करणारे आहोत; प्रभू, शरणागताची लाज राख.

गुरुजींचे हे पद आत्मपरीक्षण करण्यासाठीची प्रेरणा आहे. लौकिक प्राप्तीव्यतिरिक्त आम्ही काय करतो, याचा विचार केव्हा तरी केला पाहिजे. 'आम्ही नीच कर्मे करणारे आहोत', हे वाक्य अंत:करण हेलावणारे आहे. प्रार्थना अंत:करणापासून केली गेली, तर काही भले होण्याची शक्यता आहे; अन्यथा 'जन्माला आला हेला । पाणी वाहता वाहता मेला ।।' असेच होईल.

'रहरासि' ही सायंकालीन प्रार्थना मनाला शांती, समाधान देणारी आहे. संध्याकाळची वेळ मनात हुरहूर निर्माण करणारी, उदासीनता निर्माण करणारी असते. प्रार्थनेमुळे हे भाव लयाला जातात व मन प्रसन्न होते.

रात्रीची प्रार्थना : कीर्तन सोहिला

'सोहिला' शब्दाचा अर्थ— आनंदमय मंगलगीत असा आहे. पंजाब राज्यात विवाहापूर्वी मुलीच्या घरी सोहिला गीते गाण्याची आहे. 'पतीच्या घरी सुखी राहा', असा आशीर्वाद-शुभकामना या गीतांच्या माध्यमातून दिल्या जातात. जीवरूपी स्त्रीचे पती परमेश्वराशी निद्रासमयी मीलन होत असते, म्हणून झोपण्यापूर्वी सोहिला गीतांच्या

माध्यमातून शुभेच्छा दिल्या जातात. सोहिल्याच्या पहिल्या पदात श्रीगुरू नानकदेव म्हणतात— मुलीचे लग्न कोणत्या दिवशी होणार, हे ठरविले जाते. लग्नप्रसंगी उपस्थित राहण्यासाठी नातेवाईक व मित्रांना आमंत्रणपत्रे पाठविली जातात. मंगलगीते म्हटली जातात. तसेच जीवरूपी स्त्रीला केव्हा तरी देह सोडून पती परमेश्वराशी एकरूप व्हायचे असते. म्हणून देह सुटण्यापूर्वी परमेश्वराचे स्मरण व्हावे.

एक संत म्हणायचे की— केव्हा जावे लागेल याचा नेम नाही; म्हणून नामस्मरणात सतत असावे, कारण नाम जपत नाही अशा क्षणी देह सुटणे चांगले नाही. म्हणून अखंड नामस्मरणात असावे. महात्मा कबीरांचेही मत असेच आहे. ते म्हणत— श्वासागणिक नाम घ्यावे, कारण श्वास घेणे केव्हा बंद होईल, हे आपल्याला माहीत नाही. नामस्मरण अखंड घडावे, या भावनेपोटीच विविध वेळी वेगवेगळ्या प्रार्थनांची पद्धत सर्वच धर्मांत अस्तित्वात आहे. किमान या वेळी, या निमित्ताने तरी स्मरण घडावे, हा उद्देश असतो.

झोप ही मर्यादित अर्थाने महासमाधी वा मृत्यूच असते. एकदा झोपल्यावर आपण परत उठू शकू का, याची खात्री नसते. म्हणून झोपण्यापूर्वीच प्रार्थना करायची, हा भाव सोहिला म्हणण्यामागे असतो. शीख धर्मात प्रेत जाळल्यानंतरही सोहिला म्हटला जातो. तसेच श्रीगुरू ग्रंथ साहिबला सुखासनावर ठेवतानाही सोहिला म्हटला जातो.

'श्रीगुरू ग्रंथ साहिब'मधील माझ्या काळजाला भिडलेल्या बाबींपैकी एक आहे— श्रीगुरू नानकदेवांनी गायिलेली विराट पुरुषाची आरती. श्री गुरुदेवांच्या कल्पकतेची परिसीमा, शब्दमाधुर्याचे शिखर, लालित्याची पौर्णिमा असे त्यांच्या आरतीबद्दल म्हणता येईल. ही आरती खालीलप्रमाणे आहे :

गगन मै थालु रवि चंदु दीपक बने
तारिका मंडल जनक मोती ।। धूप
मलआनलो पवणु चवरो करे सगल
बनराइ फूलंत जोती ।।१।।

कैसी आरती होइ ।। भवखंडना तेरी
आरती ।। अनहता सबद वाजंत भेरी ।।१।। रहाउ ।।

सहस तव नैन नन नैन तोहि कउ
सहस मूरति नना एक तोही ।। सहस पद

बिमल नन एक पद गध बिनु सहस तव
गंध इव चलत मोही ।।२।।

सभ महि जोति जोति है सोइ ।। तिस
दै चानाणि सभ महि चानणु होइ ।।
गुर साखी जोति परगटु होइ ।। जो
तिसु भावै सु आरती होइ ।।३।।

हरि चरण कवल मकरंद लोभित मनो
अनदिनो मोहि आही पिआसा ।। क्रिपा
जलु देहि नानक सारिंग कउ होइ जा ते
तेरै नाइ वास ।।४।।३।।

विराट प्रभूला साजेशी ही आरती आहे. गुरुदेव म्हणतात, 'नक्षत्र-तारकांरूपी रत्नांनी सजविलेल्या गगनरूपी थाळीत सूर्य आणि चंद्र ही दोन निरांजने आहेत. मलयगिरीहून येणारा चंदनाचा सुगंध हाच जणू प्रभो... तुझ्यासाठीचा धूप आहे. वाहणारा वारा हीच जणू तुझ्यासाठी चवरी आहे. हे ज्योतिस्वरूप परमात्म्या! सर्व वनस्पतींना येणारी फुले तुझ्यासाठीच फुलतात. हे भयनाशक प्रभो! अनाहत नादाचे नगारे तुझ्या आरतीसाठी वाजतात. सगुणरूपात तुझे हजारो डोळे आहेत, तर निर्गुणरूपात तुला एकही डोळा नाही. (निर्गुणरूपातील परमात्मा डोळ्यांशिवाय बघू शकतो.) प्रभो! सगुणरूपात तुझ्या हजारो मूर्ती आहेत. तुला हजारो पवित्र पाय आहेत. तुला हजारो नाक आहेत. (ही सर्व वर्णने पुरुषसूक्तातील सहस्त्रशीर्षा, सहस्त्रपादची आठवण करून देतात.) निर्गुणस्वरूपात तुला पाय नाहीत, नाक नाही.' या नकारात्मक वर्णनाचा अर्थ— प्रभू इंद्रियांशिवाय सर्व काही करू शकतो, हा आहे. श्रीगुरू नानकदेवजी म्हणतात, 'हे प्रभो! तुझ्या या अद्भुत स्वरूपाने मला मोहित केले आहे. सर्व जीवांच्या सर्व इंद्रियांना परमात्मा सामर्थ्य देतो, म्हणून इंद्रिये काम करू शकतात. त्याने प्रदान केलेल्या सामर्थ्यामुळे सर्व जग कार्यरत आहे. गुरूंच्या उपदेशाप्रमाणे वागणाऱ्यांनाच परमात्मा गवसतो. हे प्रभो! आमची जी कृती तुला आवडेल, ती तुझी आरती असेल. **(जो तिसु भावै सु आरती होइ)** हे प्रभो! भुंगा जसा कमळाच्या सुगंधाने मोहित होतो, तसे मन तुझ्या चरणकमलांतून स्त्रवणाऱ्या मकरंदाने मोहित झाले आहे. हे प्रभो! मला रात्रंदिन तुझीच आठवण येत असते. हे

प्रभो! तुझ्या कृपेच्या वर्षावासाठी हा चातक तहानेला आहे. आता अधिक विलंब न लावता तुझ्या कृपावर्षावाने मला तृप्त कर, ज्यामुळे माझे मन तुझ्या नामात सतत रमलेले राहील.'

आर्तभाव ही आरती असते. भाव खरे असतील तर धूप, दीप, निरांजन, नैवेद्य या उपचारांवाचून काही अडत नाही. कारण तो ब्रह्मांडनायक भावाचा भुकेला आहे. त्याच्या दरबारात कशाचीच उणीव नाही. त्याला कोणत्याही लौकिक वस्तूची गरज नाही. आर्तभाव नसला, तर उपचार निरर्थक ठरतात. भावाशिवाय केलेली आरती ही कवायत असते.

श्रीगुरू नानकदेवजी, श्रीगुरू रामदास व श्रीगुरू अर्जुनदेव यांनी रचलेले सोहिले रोज म्हटले जातात. श्रीगुरू नानकदेव म्हणतात, **'जै घरि कीरति आखीऐ करते का होइ बीचारो ।। तितु घरि गावहु सोहिला सिवरिहु सिरजणहारो।।'** ज्या घरात परमेश्वराची कीर्ती गायिली जाते, तसेच भगवंताच्या स्वरूपाचे चिंतन केले जाते; अशा घरात परमेश्वराच्या गुणांचे मंगलगीत गावे. जगाच्या निर्मात्याचे स्मरण करावे.

श्रीगुरुदेव एक बहुमोल विचार असा मांडतात : **'छिअ घर छिअ गुर छिअ उपदेस ।। गुरु गुरु एको वेस अनेक ।।'** सहा शास्त्रे आहेत, ज्यांचे सहा प्रणेते आहेत. असे असले तरी सर्वच गुरूंचा आद्यगुरू परमात्मा एकच आहे. रूपे अनेक असली, तरी तत्त्व एकच आहे.

सांख्य, योग, मीमांसा, न्याय, वैशेषिक आणि वेदांत ही सहा शास्त्रे आहेत. ज्यांचे प्रणेते कपिल, पतंजली, जैमिनी, गौतम, कणाद् आणि व्यास आहेत. यांनी मांडलेल्या तत्त्वज्ञानाचे सार असे आहे :

१) सांख्य : प्रकृती व पुरुष अशा दोन बाबी आहेत. प्रकृती जड आहे, पुरुष चेतन आहे. चेतन पुरुषाच्या सहवासात राहिल्यामुळे जड प्रकृतीही काम करू शकते.

२) न्याय : जगात सोळा पदार्थ आहेत. त्यांच्या ज्ञानाने मोक्षाची प्राप्ती होते.

३) वैशेषिक : मोक्ष म्हणजे दु:खाचा नाश. तत्त्वज्ञानाच्या अभ्यासाने मोक्षाची प्राप्ती होते.

४) योग : कुंडलिनी जागृत करून मोक्षाची प्राप्ती होते. ईश्वर हा क्लेशरहित पुरुष आहे.

५) मीमांसक : यज्ञ-यागांनी मोक्षाची प्राप्ती होते. जिथे कधीही न संपणारे सुख मिळते, त्याला स्वर्ग म्हणतात.

६) वेदांत : परमात्म्याचा जीवात्म्याशी अभेद असतो. आत्मा व परमात्मा

यांचे अद्वैत असते. आत्मस्वरूप जाणल्याने मोक्षाची प्राप्ती होते.

साखर म्हणा, शक्कर म्हणा, खांड म्हणा— त्यात असते ती गोडीच. गॉड म्हणा, अल्ला म्हणा, परमात्मा म्हणा, अकाल पुरुष म्हणा— परमतत्त्व असते ते एकच. जाणण्याचे मार्ग वेगवेगळे असू शकतात, पण जाणली जाते ती वस्तू— परमात्मा एकच असतो. जायचे ठिकाण एकच असते. विविधतेतील ही एकता समजून घ्यावी लागते. **'गुरु एको वेस अनेक'** ही फारच मोलाची बाब आहे. गुरुदेव हा विचार अधिक स्पष्ट करण्याकरता एक उदाहरण देतात— **'सूरजु एको रुति अनेक ।।'** ऋतू सहा असले तरी सूर्य एकच असतो.

श्रीगुरू रामदास म्हणतात- **'साकत हरि रस सादु न जाणिआ तिन अंतरि हउमै कंडा हे ।। जिउ जिउ चलहि चुभै दुखु पावहि जमकालु सहहि सिरि डंडा हे ।।'** मायासक्त असलेल्या शाक्तांना भक्तीचा आनंद समजत नसतो, कारण त्यांच्या मनात अहंकार असतो. अहंकारामुळे त्यांना देह सोडताना यमयातना सोसाव्या लागतात.

शाक्त कसे असतात, या संदर्भात श्री तुकाराममहाराजांचा एक अभंग आठवतो. तो असा आहे : 'शाक्त गधडा जये देशी । तेथे राशी पापांच्या ।।१।।ध्रु।। सुकृताचा उदो केला । गोंधळ घाला इंद्रिये ।। क्रोधरूपे वसे काम ।। तीचे नाम जपतसे ।। मद्यभक्षण घाण वृत्ती ।।' मांस, मदिरा, मैथुन आदी पंचमकारांत रमलेला शाक्त भगवद् भक्तीत कसा रमेल? गुरुजी म्हणतात : 'शाक्त अहंकारी असतो, त्यामुळे त्याला यमयातना सोसाव्या लागतात.' एक कवी म्हणतो, 'मिटा दे अपनी हस्ती को । गर तू मर्तबा चाहे । के दाना खाक मे मिलकर गुल-ए-गुलजार होता है ।।' परमेश्वराच्या दरबारी सन्मान मिळावा असे वाटत असेल, तर तू अहंकार सोड. धान्याचा कण जेव्हा स्वत:चे अस्तित्व मातीत मिळवितो तेव्हाच पिके बहरतात. अहंकार गळाला, तरच आत्मदर्शन होते.

श्रीगुरू रामदासांनी रचलेली एक सुंदर प्रार्थनाही सोहिल्यात म्हटली जाते. प्रार्थना अशी आहे :

'हम गरीब मसकीन प्रभ तेरे ।
हरि राखु राखु वड वडा हे ।।
जन नानक नामु अधारु टेक है ।
हरि नामे ही सुखु मंडा हे ।।'

हे प्रभू! आम्ही गरीब व निराधार आहोत, पण तुझे आहोत. कामादी विकारांतून व या भवसागरातून तू आमचे रक्षण कर. हे प्रभो! आम्हाला तुझ्याच

नावाचा आधार आहे. परमेश्वराच्या नामजपानेच परमसुखाची प्राप्ती होते.

गरीब, दीन, दुःखी लोकांजवळ कोणतीही साधनसामग्री नसेल, पैसे नसतील; तर त्यांचा कोणीच वाली नाही, असे होत नाही. परमात्मा दीनदयाळू आहे. शरणागतांचे तो सर्वार्थाने रक्षण करतो. भक्तीएवढे सुख अन्य कशातच नाही, असे अनेक संतांनी सांगितले आहे.

श्रीगुरू अर्जुनदेव अतिशय कळवळ्याने सांगतात–

'करउ बेनंती सुनहु मेरे मीता संत टहल की बेला ।

ईहा खाटि चलहु हरि लाहा, आगै बसनु सुहेला ।।'

मित्रांनो, लक्षपूर्वक ऐका— संतांची सेवा करण्यासाठी मनुष्यजन्म मिळाला आहे. संतांची सेवा कराल, तर नामामृत मिळेल; ज्यामुळे मनुष्यजन्म सफल होईल व परलोकातील निवास सुखद होईल. वरील पदातील **'करउ बेनंती सुणहु मेरे मीता'** हे शब्द गुरुजींच्या मनात आपल्यासाठी असणारे प्रेम व्यक्त करणारे आहेत. आपल्याला विनंती करायची गुरुजींना काय गरज आहे? मोठी माणसे पराकोटीच्या तळमळीने असे बोलतात. त्यांनी आम्हाला मित्र म्हणावे, अशीही आमची योग्यता नाही. 'मित्र' असे आम्हाला संबोधण्यात त्यांच्या मनाचा मोठेपणा असतो. त्यांचा उपदेश मोलाचा आहे. सोहिल्याच्या शेवटी गुरुजींनी एक सुंदर प्रार्थना खालीलप्रमाणे सांगितली आहे :

'अंतरजामी पुरख बिधाते सरधा मन की पूरे ।।

नानक दासु इहै सुखु मागै मो कउ करि संतन की धूरे ।।' हे अंतर्यामी पूर्ण पुरुषा! हे विधात्या! माझ्या मनाची इच्छा पूर्ण कर. तुला माझी नम्र विनंती आहे की, मला संतांची चरणधूळ बनव.

गुरुजींनी वरील प्रार्थनेत परमात्म्याच्या स्वरूपाचेही वर्णन केले आहे. आमच्या अंतःकरणात राहणारा, आमचा भाग्यविधाता, सर्वच प्रकारच्या सामर्थ्याने परिपूर्ण असलेला; असे त्याचे स्वरूप आहे. ब्रह्मांडाच्या मालकाला मागितले काय तर— **'मो कउ करि संतन की धूरै'**– मला संतांची चरणधूळ बनव; माझ्या हातून संतांची सेवा घडवून घे. ही प्रार्थना वर-वर दिसायला फार साधी आहे. यातले मर्म तुकाराममहाराजांच्या खालील अभंगातून ध्यानी येईल.

संत चरणरज लागता सहज । वासनेचे बीज जळोनि जाय ।। मग रामनामीं उपजे आवडी । सुख घडोघडी वाढो लागे ।। कंठी प्रेम दाटे नयनी नीर लोटे । हृदयी प्रगटे रामरूप ।। तुका म्हणे साधन सुलभ गोमटे । परि उपतिष्ठे पूर्वपुण्ये ।। संतांच्या चरणधुळीच्या स्पर्शाचा हा लाभ असतो. आपण संतांची चरणधूळ होऊ शकलो, तर

किती लाभ होईल? संतांची चरणधूळ याचा अर्थ कमालीचे विनम्र होणे हा आहे. अशी प्रार्थना करून घेतलेली झोप 'ब्रह्मानंद सहोदरा:' स्वरूपाची असणार. जीवन प्रार्थनामय बनवावे, अशी गुरूंची इच्छा आहे. रोजच संध्याकाळ व शयनपूर्व वेळ तरी त्याच्या प्रार्थनेत जावी. प्रार्थना करून मन शांत होते. अशा अवस्थेत गाढ झोप लागली तर ती आरोग्य, उत्साह, प्रसन्नता टिकविण्यासाठी उपयुक्त ठरते. शांत झोप न येणे, ही आधुनिक जीवनपद्धतीची देणगी आहे. निद्रानाशाचा विकार घातक आहे, म्हणून झोपण्यापूर्वी प्रार्थना करणे लाभदायक ठरते.

***

प्रकरण ४ थे

भक्तिसंकल्पना

भक्ती कशाला म्हणतात, हे जाणणे अत्यंत आवश्यक आहे, कारण भक्तिसंकल्पना नीट समजून घेण्याने भक्ताची वाटचाल सुयोग्य दिशेने होते. आपण करतो आहोत ती भक्ती आहे, या भ्रमात साधक असला, तर त्याची आध्यात्मिक प्रगती होत नाही.

भक्ती ही एक छोटीशी क्रिया नसून, ती जगण्याची एक पद्धत आहे. तो एक क्रिया-समुच्चय आहे. जीवनाच्या सर्वांगांना व्यापणारी ही बाब आहे. भक्ताच्या जीवनव्यवहारात अर्थ-कामाची शुचिर्भूतता असणे आवश्यक असते. देवघरात बसून तासभर पूजा करायची व कार्यालयात जाऊन आर्थिक भ्रष्टाचार करायचा, ही भक्ती खरी नाही. पोथ्या वाचायच्या, गळ्यात माळा घालायच्या, गंध लावायचे आणि परस्त्रीची अभिलाषा ठेवायची— हीदेखील भक्ती खरी नाही. अंतर्बाह्य शुचिर्भूतता हा भक्तीचा पाया आहे. विवेकाने, निग्रहाने काम-क्रोधादींचे निर्मूलन ही भक्तीत आवश्यक असलेली एक बाब आहे. मनोनिग्रह हा भक्तीचा अविभाज्य घटक आहे. आप-पर, सुख-दुःख, मानापमान अशा द्वंद्वांचा त्याग ही अनिवार्यता आहे. कोणाला बोचेल असे न बोलणे, कोणाचे नुकसान होईल वा कोणाचा अपमान होईल असे न वागणे, कोणाचा छळ न करणे, कोणाची निंदा न करणे— ही भक्तीतील एक आवश्यक बाब आहे.

सातत्याने आत्मपरीक्षण करणे आणि वृत्तीत विनम्रता, तटस्थता व समत्वाची भावना विकसित करणे भक्तीत आवश्यक असते. जन्म-मरणाच्या चक्रातून मुक्त होण्यासाठी स्वतःवर काही बंधने घालून घेणे भक्तीत अभिप्रेत आहे. जप, ध्यान, चिंतन यात एकाग्रता व मनाची व्यापकता विकसित करणे भक्तासाठी आवश्यक आहे. जिभेने नामस्मरण करणे, इतरांशी सत्य पण गोड बोलणे, कानांनी भगवंताचे गुणसंकीर्तन ऐकणे व स्वतःची स्तुती न ऐकणे, हातांनी इतरांची सेवा करणे,

डोळ्यांनी अर्थ समजून ग्रंथ वाचणे, तसेच ब्रह्मांडात परमेश्वराला बघण्याचा प्रयत्न करणे, अंत:करणापासून देवाची प्रार्थना करणे— अशा विविध क्रियांचा समावेश भक्तिसंकल्पनेत असतो.

श्रीगुरू तेगबहादूर हे भक्तीची गरज, स्वरूप, परिणती विविध पद्धतींनी स्पष्ट करतात. 'बुडती हे जन न देखवे डोळा म्हणऊनी कळवळा येतसे ।' ही गुरू तेगबहादुरांची मन:स्थिती होती. भक्ती कशी करावी, हे त्यांनी असे सांगितले आहे : **'गुन गोविंद गाइओ नही, जनमु अकारथ कीनु । कहु नानक हरि भजु मना जिह बिधि जल कउ मीनु ।।१।।'** परमेश्वराचे गुणसंकीर्तन करा, अन्यथा जन्म घेणे व्यर्थ आहे. हे मना! तू देवाचे भजन कर. मासा पाण्याबाहेर असला की तो जसा तडफडतो, तसा ईशभक्ती करता आली नाही तर भक्त तडफडला पाहिजे. मानवी जन्माचे प्रयोजन परमेश्वराला जाणणे, हेच आहे. म्हणून भक्ती केली नाही, तर जन्म व्यर्थ ठरेल. यमराज सांगतात, 'मनुष्यजन्मातच देवाला जाणणे शक्य आहे. मनुष्येतर योनी आत्मानुभवासाठी अपात्र आहेत.' मनुष्ययोनीत जन्माला येऊन आम्ही भक्ती केली नाही, तर जन्म व्यर्थ ठरविणेच आहे. श्रीगुरू अर्जुनदेव बाबन अखरीत म्हणतात, **'आवन आए स्रिसटि महि बिनु बूझे पसु ढोर ।।'** केवळ जन्मासाठी माणसे जन्म तर घेतात; पण परमात्म्यच्या प्राप्तीसाठी आवश्यक असलेली कर्मे ते करत नाहीत, म्हणून ते पशुवत् मानावेत.

भक्ती कशी असावी, याचा आदर्श **'बिधि जल कउ मीनु'** हा सांगितला आहे. श्रीगुरू तेगबहादुरांची ही ओळ तुकाराममहाराजांच्या 'जलावेगळी मासोळी तैसा तुका तळमळी ॥'ची आठवण करून देणारी आहे. आपले सगळे तळमळणे प्रपंचासाठी असते, देवासाठी नसते; म्हणून तो आपल्याला जाणवत नाही. श्रीगुरुजी म्हणतात, **'बिखिअन सिउ काहे रचिओ निमख न होहि उदासु ।।'** विषयवासनेची आसक्ती इतकी असते की, भक्तीचा विचार मनाला शिवतच नाही. क्षणभरही ही आसक्ती उणावत नाही. हा विषय वा तो विषय यातच आपण रमतो, म्हणून मनुष्यजन्माचे सार्थक होत नाही.

षड्विकारांच्या त्यागाचा विचार श्रीगुरुजींनी असा मांडला आहे : **'जो प्रानी ममता तजै लोभ मोह अहंकार ।। कहु नानक आपन तरै अउरन लेत उधार ।।'** षड्विकारांचा त्याग करणारा स्वत: भवसागरातून तरतो व इतरांनाही तरण्यास मदत करतो. संत-गुरू न थकता, न कंटाळता आम्हाला सावध करण्याचा प्रयत्न करतात. विविध पद्धतींनी ते विचार मांडतात. षड्विकारांचा त्याग करा, हे सांगतात; स्थितप्रज्ञ कसा असतो, हेही सांगतात. गुरुजी म्हणतात, **'सुख दुखु जिह**

परसे नही लोभ मोह अभिमानु ।। कहु नानक सुनु रे मना सो मुरति भगवान ।।' ज्यांचे सुख-दु:ख, लोभ-मोह व अभिमान गळाला, ते धन्य होत. त्यांचा जन्म सफल झाला. असे म्हणणे हे विकारांच्या त्यागासाठी प्रोत्साहित करणे असते. **'उसतति निंदिआ नाहि जिहि कंचन लोह समानि । कहु नानक सुनु रे मना मुकति ताहि ते जानि ।।'** या ओळी वाचताना 'तुल्यनिंदास्तुतिर्मोनी' व 'समलोष्ठाश्मकांचनम्' हे गीतेतील श्लोक आठवतात.

सुख-दु:ख, निंदा-स्तुती या द्वंद्वांच्या पलीकडे गेल्याशिवाय साधनेत प्रगती होत नसते. मनात समत्वाची भावना प्रबळ व्हावी लागते. सोने आणि लोखंड समान वाटणे याचा अर्थ चित्तात समत्वाची भावना अस्तित्वात येणे, हा आहे. भेदबुद्धी संपल्याशिवाय चित्ताला समत्व प्राप्त होऊ शकत नाही. साधनामार्गातील हे सगळे अडसर आहेत. हे सरल्याशिवाय आत्मदर्शन होत नाही. सर्वच गुरूंनी विविध पद्धतींनी मानवी जीवनाचा उद्देश काय आहे, काय सोडावे, काय करावे, स्थितप्रज्ञ कसा असतो, ब्रह्मज्ञ कसा असतो, परब्रह्माचे स्वरूप कसे आहे, याबाबत फार सोप्या भाषेत विवेचन केले आहे. मानवाचे कल्याण हाच सर्व धर्मांतील गुरूंचा, संतांचा ध्यास असतो. ईशस्मरण व मानवी कल्याणाच्या विचाराशिवाय अन्य कशातही या विभूती रमत नाहीत. तत्त्वज्ञान चांगले असते; आम्हीच ते डोक्यात शिरू देत नाही. तत्त्वज्ञान आचरणात आणणे तर फार दूरची बाब झाली!

नैतिकता हा आध्यात्मिकतेचा पाया आहे. अनैतिक मनुष्याची भक्ती फलद्रूप होत नाही. परस्त्री-परधनाची अभिलाषा ऱ्हासाला कारणीभूत ठरते, असा इतिहास आहे; तरीदेखील जे आपले नाही, त्याची अभिलाषा अनेकांच्या मनात असते. अशांना श्रीगुरू नानकांनी सावध केले आहे. फार कठोर शब्द त्यांनी वापरले आहेत, पण बाब कल्याणाची सांगितली आहे. ते म्हणतात, **'हकु पराइआ नानका उसु सुअर उसु गाइ ।।'** जे स्वत:चे नाही ते हडपणे, हे मुसलमानांनी डुक्कर खाण्यासारखे व हिंदूंनी गाय खाण्यासारखे आहे. श्रीगुरुदेवांनी हे उदाहरण देणे, हा जागे करण्यासाठी स्वीकारलेला पराकोटीचा उपाय आहे. परधन-परकामिनीवर डोळा ठेवण्याने आमचे जीवन शांततामय, मांगल्यपूर्ण व तणावरहित असत नाही. परमात्मा परममंगल, निर्मळ आहे. त्याला ही घाण कशी आवडेल? या दुराचारी वृत्तीला समाजातही मान्यता नसते. न्यायालयात चालणारे बहुतांश कज्जे याच दोन कारणांसाठी असतात. परधन-परस्त्री लुबाडणारे स्वत:ची, आपल्या कुटुंबाची व समाजाची शांती बिघडवितात. हे कृत्य अनैतिक, बेकायदा व समाजहितविरोधी असते. लौकिकात मान्यता नसलेल्या कृतीला परमेश्वराजवळ स्थान कसे असणार?

श्रीगुरुदेव आणखी एक बाब अशी सांगतात : **'गुरू पीरू हामा ता भरे जा मुरदारू न खाई ।।'** हिंदूंचे गुरू वा मुस्लिमांचे पीर साधकांची तेव्हाच रक्षा करतात, जेव्हा साधक हरामाचे म्हणजे स्वत:चे नसलेले खात नाहीत. मुरदारू म्हणजे मृत. जे माझे नाही ते उपभोगणे, हे प्रेतभक्षण आहे. अर्थ-कामातील शुचिर्भूतता फार कटाक्षाने जपावी लागते. आपल्या दुर्गुणांना गोंडस नाव देऊन आपण देवाची फसवणूक करू शकत नाही. घसरणीचे एक वैशिष्ट्य असते. मनुष्य वरच्या पायरीवरून घसरला की, खालच्या किती पायऱ्या तो घसरेल याचा नेम नसतो. दुराचारी व्यक्तींना आपण करतो ते अनैतिक आहे याचेही भान नसते. हे लोक आपल्या दुराचाराचेच समर्थन करतात. वाईट मार्गाने मिळणारा पैसा माणसाला अधिक वाईट मार्गाकडेच नेतो. शरीराचे चोचले पुरविण्यात परधनाचा व्यय होतो. बाहेरख्यालीपणा व व्यसनाधीनता माणसाला उद्ध्वस्त करते, पण दुराचारी माणसाला त्याचे भान नसते. तो आपल्याच धुंदीत, कोसळेपर्यंत वाटचाल करत असतो.

फार गांभीर्याने विचारात घेण्यास रखी एक बाब या पदात गुरुदेवांनी सांगितली आहे. ते म्हणतात, 'लाच म्हणून स्वीकारलेल्या रकमेचा काही भाग दान करून धन शुद्ध होत नाही. कोणतीही अनैतिक बाब माणसाच्या कल्याणाची असूच शकत नाही व ती परमेश्वराला आवडत नाही.'

जीवन शुद्ध, पवित्र व मंगल करण्याच्या क्रियेला 'साधना' म्हणतात. अध्यात्ममार्गात कोणत्याही अनैतिक, बेकायदा व समाजहितविरोधी बाबीला स्थान नाही. कोणत्याही प्रकारची अशुद्धता, अपवित्रता व अमंगलता परमात्म्याला मान्य नाही, याचे भान सुटू नये. म्हणून गुरू, संत आम्हा मोहप्रवण जीवांना जागे करतात. हे त्यांचे आमच्यावर उपकार आहेत.

विविध प्रकारच्या मोहांचे दुष्परिणाम कसे होतात याचे वर्णन श्रीगुरू अर्जुनदेवांनी केले आहे; ज्यातून मानवाने किती सावध राहून आत्महित साधले पाहिजे, याचा बोध होतो. श्रीगुरुजी म्हणतात, **'हउमै रोगु मानुख कउ दीना । काम रोगि मैगलु बसि लीना । द्रिसटि रोगि पचि मुए पतंगा ।। नाद रोगि खापि गए कुरंगा ।।'**

या पदातील रोग या शब्दाचा अर्थ विकार हा आहे. अहंकारी स्वभावामुळे मनुष्य दु:खी होतो. स्पर्शसुखाच्या लालसेत वा कामवासनेमुळे हत्ती बंदिस्त होतो. रंग, रूप यांच्या आकर्षणापोटी कीटक स्वत:चे प्राण ज्योतीत हरवून बसतो. नादश्रवणाच्या लोभापोटी हरिण मरते. रुचीच्या मोहात मासा फसतो. सुगंधाच्या मोहात भुंगा अडकतो. ही सगळी उदाहरणे देऊन श्रीगुरूंनी असे ध्वनित केले आहे

की, एका मोहापोटी विविध जीव नाश ओढवून घेतात. मनुष्य तर स्पर्श, शब्द, रूप, रस, गंध या सर्वांच्याच मोहात पडणारा आहे. त्यामुळे त्याच्या अध:पतनाच्या शक्यता खूपच जास्त आहेत. म्हणून मनुष्याने पराकोटीचे सावध व संयमी असावे. जो विविध मोहांवर नियंत्रण ठेवू शकेल, तोच जीवनात काही साध्य करू शकतो.

श्रीगुरुजी म्हणतात, **'बासन रोगि भवरू बिनसानो । हेत रोग का सगल संसारा । त्रिबिधी रोग महि बधे बिकारा ।।'** मोहात सर्व जग फसले आहे. सत्त्व, रज, तम या त्रिगुणांत सर्व विकार समाविष्ट आहेत. विषयसुखांचे मोह नियंत्रित असले, तर आत्मोन्नती होते आणि मोह नियंत्रित नसतील, तर विनाश घडून येतो.

श्रीगुरुजी सांगतात, **'रोगे मरता रोगे जनमै । रोगे फिरि फिरि जोनी भरमै । रोग बंध रहनु रती न पावै । बिनु सतिगुरू रोगु कतहि न जावै ।।'** आपली सर्व धावपळ कामनापूर्तीसाठी असते. अपूर्ण वासनांमुळे पुन्हा जन्म घ्यावा लागतो. वासनांमुळेच जन्म-मृत्यूचे चक्र अबाधित राहते. वासनाप्राबल्यामुळेच माणसाला आध्यात्मिक आनंद मिळत नाही. गुरुउपदेशामुळे कामनांचे फोलपण कळते व त्या संपतात.

मोहच माणसाला विविध योनींमध्ये जन्म घ्यायला लावतात. मोहग्रस्त जीवाला क्षणभरही चैन नसते. भवरोग दूर करणारा वैद्यच या मोहातून वाचवू शकतो. मोहांचे आणखी एक वैशिष्ट्य असे आहे की, मोहग्रस्ताला मोहात अडकल्याचे भानच राहत नाही.

जन्म-मृत्यूच्या चक्रातून सुटका होण्याच्या शक्यतेबाबत गुरुजी सांगतात : **'पारब्रहमि जिसु कीनी दइआ । बाह पकडि रोगहु कढि लइआ । तुटे बंधन साध संगु पाइआ । कंहु नानक गुरि रोगु मिटाइआ ।।'** परमात्म्याला ज्याची दया येते, त्याच्यावर तो कृपा करतो व त्या जीवाला मोहमुक्त करतो. आपण मोहात अडकतो आहोत याची जाणीव सत्संगतीमुळे होते. मोहांच्या जाळ्यातून बाहेर पडण्याची तळमळ निर्माण होते आणि सद्गुरू लाभले, आत्मोन्नतीचे प्रयत्न घडले, तर मनुष्य बंधनमुक्त होतो.

परमात्म्याची कृपा आणि सद्गुरूंचे मार्गदर्शन या दोन्ही बाबींना पर्याय नाही. अहंकारापोटी 'मी हे केले' असे आपण म्हणतो, पण हे सत्य नसून अज्ञान असते. 'साळुंकी गाते मंजुळ वाणी । बोलविता धनी वेगळाची ।।' हेच जीवनातील अंतिम सत्य असते. हे सत्य ज्यांना उमगते, ते आत्महित साधतात. हे सत्य ज्यांना उमगत नाही, ते स्वत:चा नाश घडवितात.

भक्तिसंकल्पनेतील विविध बारकावे संत परमानंद यांनी खालील पदात

नकारात्मक पद्धतीने सांगितले आहेत.

तै नर क्या पुरान सुनि कीना ।
अनपावनी भगति नही उपजी भुखै दान न दीना ।। रहाउ ।।
काम न बिसरिओ क्रोध न बिसरिओ लोभ न छूटिओ देवा ।
परनिंदा मुख ते नहीं छुटी निफल भई सभ सेवा ।।
बाट पार घर मूसि बिरानो पेट भरै अप्राधी ।।
जिहि परलोक जाए अपकीरति सोई अबिधया साधी ।।
हिंसा तउ मन ते नही छुटी जीअ दया नही पाली ।।
परमानंद साधसंगत मिलि कथा पुनीत न चाली ।।

परमानंदजी डोळ्यांत अंजन घालतात. ते म्हणतात, पुराण श्रवण करून तू काय मिळविलेस? अंत:करणात भक्ती उपजली नाही वा दीन-दु:खी जनांची मदतही केली नाहीस. दानही दिले नाहीस, भुकेल्यांना अन्नही दिले नाहीस. काम, क्रोध आणि लोभातच तू लुप्त आहेस. परनिंदा करण्यातही तू रमतोस. म्हणून तुझी सर्व खटपट व्यर्थ ठरली आहे. लूटमार करून तू आपले पोट भरतो आहेस व घर चालवितो आहेस. मायेच्या मोहात अडकल्याने तुला अपकीर्तीचे भान नाही. तुझी हिंसक वृत्ती अद्याप संपली नाही. आत्मोद्धारासाठी हे सर्व कुकर्म सोड व संतांच्या सहवासात राहा. पावन करणाऱ्या भगवद्कथेचे श्रवण कर. त्यातच तुझे कल्याण आहे.

अंत:करणात भक्ती उपजणे, ही बाब अत्यंत महत्त्वाची असते. धार्मिक ग्रंथ वाचले, मंदिरात प्रदक्षिणा घातल्या आणि मनात भक्तीच नसेल, तर काही उपयोग नसतो. 'मनी नाही भाव। देवा मला पाव । अशाने देव पावत नाही रे । देव बाजारचा भाजीपाला नाही रे ।।' असे संत तुकडोजीमहाराज म्हणत. भक्ती म्हणजे भगवंताबद्दलचे प्रेम. जर प्रेम नसेल तर वरील कृती निरर्थक ठरतात. भक्ती हा जीवनव्यवहार आहे. अनेक बाबींचा त्यात समावेश असतो. भक्ती ही संकल्पना केवळ देवपूजा, पुराणवाचन एवढ्यापुरती सीमित नाही.

'जे का रंजले गांजले । त्यासी म्हणे जो आपुले ।।' हा भागही भक्तीत अभिप्रेत आहे. दीन-दु:खी जनांना मदत करणे, ही भगवंताची पूजाच आहे.

दान देणे हादेखील भक्तीचा अविभाज्य भाग आहे. उपनिषदांनी 'श्रद्धया देयम्' असे सांगितले आहे. श्रद्धा नसली तरी दान द्या, हा उपदेश आहे. चित्तशुद्धी साधण्याचे एक साधन दान हे आहे. दानाचे अनेक प्रकार आहेत. अन्नदान, वस्त्रदान, विद्यादान, धनदान इत्यादी. ज्यांच्याजवळ जे आहे, ते त्यांनी ज्यांच्याजवळ ते नाही त्यांना देणे, ही सामाजिक जबाबदारीची बाब आहे; जिचे पालन भक्तिसंकल्पनेत

अभिप्रेत आहे. लोभादी विकार माणसाला अध:पतित करतात. परनिंदेत रमणे, हा मनुष्यस्वभाव आहे. पण भक्तिमार्गात परनिंदा वर्ज्य आहे. परनिंदेत वेळ वाया घालविण्यापेक्षा तो वेळ नामस्मरणात घालविणे हिताचे असते. आपण पूर्णपणे निर्दोष नसताना इतरांची निंदा करण्याचा नैतिक अधिकार आपल्याला नसतो. मग निंदा करून जीभ कशाला विटाळायची? परनिंदेची आवड ही अपरिपक्वता, विवेकहीनता आहे. परिपक्वता व विवेकीवृत्ती कशी असते, हे एक संत असे सांगतात : 'बुरा ढुँढने मै चला । बुरा मिलिया न कोय । जब खुदको ढुँढा मैने । खुद जैसा बुरा न कोय ।।' तुकाराममहाराजांचा मंत्र 'आली उर्मी साहे । तुका म्हणे थोडे आहे ।।' आपले अनेक दोष कमी करण्यासाठी उपयुक्त ठरणारा आहे. परनिंदेची उबळ आली की विषय बदलावा, मग ही उर्मी निवेल. आपण ज्याची निंदा करतो, त्याची ती उक्ती वा कृती कोणत्या परिस्थितीत, कोणत्या कारणामुळे घडली याचा तपशील आपण हुडकला, तर सत्य कळू शकते. ज्याच्या कर्माची फळे तो भोगेल, हा विचार केला की, निंदा करण्याची गरज संपते.

विविध मोहांत अडकलेल्यांना कशाचेच भान उरत नसते. ते मोहात मस्त असतात आणि समाजात त्यांची अपकीर्ती होत असते. भक्तीत मोहांचा होम अपेक्षित आहे. भक्ती ही व्यापक संकल्पना आहे.

कधी कधी साधकाला स्वत:च्या दोषांची, मर्यादांची जाणीव होते. हे दोष साधक भगवंताला सांगतो, ते दोष निवारण करण्याची प्रार्थना करतो. ही अवस्था गुरूंचे सेवक असलेल्या भट्ट कीरतांनी खालीलप्रमाणे टिपली आहे :

हम अवगुणि भरे एकु गुण नाही ।
अंम्रितु छाडि बिखै बिखु खाई ।
माया मोह भरम भै भूलै ।
सुत दारा सिउ प्रीति लगाई ।
इकु उत्तम पंथ सुनिओ गुर संगति ।
तिह मिलंत जम त्रास मिटाई ।
इक अरदासि भाट कीरत की ।
गुर रामदास राखहु सरणाई ।।

मी अवगुणांचा पुतळा आहे. माझ्यात एकही गुण नाही. मी अमृत सोडून विष प्राशन करतो. माया, मोह व भ्रमात मी भटकतो आहे. मुलगा, पत्नी या नातेसंबंधांतच मी अडकलो आहे. यमयातना संपविण्याचा उत्तम मार्ग गुरुसहवास हा आहे, असे मी ऐकले आहे. श्रीगुरू रामदासांना भट्ट कीरतांची एक विनवणी आहे की, गुरूंनी

दासावर आपले कृपाछत्र असू द्यावे.

गुरुवाणीत भाटांच्या रचनांचाही समावेश आहे. भाटांच्या स्तुतिपर रचना अधिक आहेत. वरील पदात साधकाची आरंभीची स्थिती वर्णिली आहे. हे पद, तुकाराममहाराजांच्या 'मन माझे चपळ' या अभंगाची आठवण करून देणारे आहे. साधनारंभी भक्ताला असे वाटते की, तो अवगुणांची खाण आहे. आपल्या दोषांची जाणीव असणे, हीदेखील एक चांगली मन:स्थिती मानली पाहिजे.

सद्गुरू नामामृत वाटत असतात. आम्ही ते न स्वीकारता नश्वर लौकिक बाबीच मागत असतो. याचीही बोच मनाला कधी तरी वाटतेच. ही बोच वाटणे, हे देखील साधनारंभाच्या प्राथमिक अवस्थेतील प्रगतीचे लक्षण आहे. 'मी माया-मोहात अडकलो आहे', हे जाणवणे हीदेखील या अवस्थेतील एक विशेषताच असते. सामान्यत: मोहात अडकलेल्यांना आपण अडकलो आहोत याचेच भान नसते, त्यामुळे प्रगतीला आरंभच होत नाही. आपण चुकतो आहोत, याची जाणीव असल्याशिवाय चुकांच्या दुरुस्तीचा प्रयत्न घडण्याची शक्यता नसते. मी बायको-मुलांत अडकलो आहे, असे वाटणे, ही भावना प्रातिनिधिक स्वरूपाची आहे. कीर्ती, पैसा, व्यसने असे मोहांचे अनेक खड्डे असतात, ज्यात माणूस अडकतो. हे मोहांचे खड्डे ज्याने पार केले, तो वीर समजावा. भोवऱ्यात अडकलेले पैलतीर गाठू शकत नाहीत. बंधनांच्या जाणिवेशिवाय मुक्तीचा ध्यास निर्माण होत नसतो.

या सर्व बाबींचा विचार गुरुवाणीत केला आहे. गुरुवाणीचा बराच भाग प्रार्थनास्वरूप आहे. काही पदांत विचार आणि प्रार्थना एकत्रित आहेत, तर काही पदांत परमेश्वराच्या स्वरूपाचे वर्णन व मागण्या आहेत. अशा प्रार्थनांचे, पदांचे अवलोकन हितावह ठरते.

वसंत रागात गायिली जाणारी खालील प्रार्थना श्रीगुरू अर्जुनदेवांनी रचलेली आहे. ते म्हणतात—

'तुम बड दाते दे रहे । जीअ प्राण महि रवि रहे ।
दीने सगले भोजन खान । मोहि निरगुन इकु गुनु न जान ।।
हउ कछू न जानउ तेरी सार । तू करि गति मेरी प्रभ दइआर ।।१।।
रहाउ ।।
जाप न ताप न करम कीति । आवै नाही कछू रीति ।
मन महि राखउ आस एक । नाम तेरे की तरउ टेक ।।२।।
सरब कला प्रभ तुम्हि प्रबीन । अंतु न पावहि जलहि मीन ।
अगम अगम ऊचह ते ऊच । हम थोरे तुम बहुत मूच ।।३।।

जिन तू धिआइआ से गनी । जिन तू पाइआ से धनी ।
जिनि तू सेविआ सुखी से । संत सरणि नानक परे ।।४।।'

हे प्रभू, तू सर्वश्रेष्ठ दाता आहेस. सर्व जीवांवर तू कृपा करतोस. सर्व जीवांच्या हृदयात तू वसला आहेस. मी कृतघ्न आहे. तुझ्या उपकारांचे मला स्मरणही होत नाही. मी गुणहीन आहे, हे दयाळू प्रभू (मी असा असलो तरी), तू मला उच्च आध्यात्मिक अवस्था प्रदान कर. हे देवा! मी जप, तप, पूजा, धार्मिक विधी असे काहीच केलेले नाही. तरीही माझ्या मनात एक आशा आहे की, तुझे नाम जपण्याने मी संसारसागर तरू शकेन. हे प्रभू, तू सर्व कलांत प्रवीण आहेस. पाण्यात राहणारा मासा जशी पाण्याची व्याप्ती वा महती जाणू शकत नाही, तसा मी (क्षुद्र जीव) तुझी व्याप्ती, महती वा शक्ती जाणू शकत नाही. हे प्रभू– तू अगम्य आहेस, अप्राप्य आहेस, सर्वोच्च आहेस. आम्ही नगण्य आहोत, तू महान आहेस. ज्यांनी तुझी भक्ती केली, ते सर्व श्रेष्ठ ठरले. ज्यांनी तुला जाणले, ते आत्मज्ञ ठरले. ज्यांनी तुझी सेवा केली, ते सुखी ठरले. आत्मज्ञानाचे हे सुख संतांच्या अनुसरणाने मला लाभू दे!

गुरुजींनी या पदात परमात्म्याचे स्वरूप स्पष्ट केले आहे. परमात्मा 'उदारावैते' आहे, म्हणजे तो उदारांतील सर्वश्रेष्ठ आहे. सर्व जीव त्याच्याच कृपेने जन्माला येतात, जगतात व मरतातही. प्रपंचात रममाण असणारे आपण त्या कृपाघन परमात्म्याला विसरतो. 'दुख में सुमिरन सब करे । सुख में करे ना कोए । जो सुख में सुमिरन करे । उसे दुख काहेको होए ।।' असा योग्य प्रश्न एका संताने विचारला आहे. अडचणीत आलो तरच आम्हाला परमेश्वराचे स्मरण होते. आम्ही सुखात असलो तर उपभोगातच रमतो, परमेश्वराला विसरतो. तरीही कधी भक्ती उपजली की— हे परमेश्वरा, तू माझा उद्धार कर, असा भाव मनात येतोच. त्याच्या श्रेष्ठत्वाची, स्वत:च्या लघुत्वाची, कर्महीनतेची केव्हा तरी माणसाला जाणीव होतेच. अशा वेळेस भक्त देवाला अंत:करणातून म्हणतो, 'देवा, मला तुझाच आधार आहे. तूच माझा त्राता आहेस. मला संसारसागरातून वाचव. दु:खांशी, अडचणींशी, चिंतांशी झगडण्यात कधी कधी हतबलता वाटते व परमेश्वराचे साह्य मागितले जाते.

प्रार्थनेत अंत:करणाची तळमळ महत्त्वाची असते. वसंत रागातच गायिली जाणारी आणखी एक प्रार्थना नामदेवरायांची आहे. ते म्हणतात,

'लोभ लहरि अति नीझर बाजै काइया डूबै केसवा ।
संसारु समुदें तारि गोबिंदे तारि लै बाप बीठला ।।१।।
अनिल बेड़ा हउ खेवि न साकउ । तेरा पारु न पाइआ बीठुला ।।२।।
होहु दइयालु सतिगुरु मेलि तू मोकउ । पारि उतारे केसवा ।

नामा कहै हउ तरि भी जानउ । मोकउ बाह देहि बाह देहि बीठुला ।।३।।'

हे केशवा, उसळत्या लोभलहरींत मी बुडतो आहे. हे गोविंदा, हे विठ्ठला— तू मला संसारसागरातून वाचव. माझी जीवननौका मोहांच्या, कामनांच्या, विकारांच्या वादळात सापडली आहे. वल्हविण्याचे त्राणही माझ्यात उरले नाहीत. त्यामुळे मी पैलतीर गाठण्यास असमर्थ आहे. हे प्रभू! तू माझ्यावर दया कर, मला सद्‌गुरू मिळवून दे आणि मला पैलतीरी ने. मला पोहताही येत नाही, तूच माझा हात धरून मला वाचव. हात धरून मला वाचव रे विठ्ठला!

गोंदवलेकरमहाराज म्हणतात, ''आम्ही परमेश्वराला नश्वर वस्तूच मागतो. 'तुझे प्रेम दे' असे त्याला कधीच मागत नाही.'' श्रद्धेय सोनुमामा (प्राचार्य शं. वा.) दांडेकर म्हणत की, परमेश्वराला काय मागावे, हेही आम्हाला कळत नाही. 'संसारसागरातून वाचव' हीच उत्तम प्रार्थना आहे. जो वाचवू शकतो, वाचविण्याचे सामर्थ्य ज्याच्यात आहे, त्यालाच ही प्रार्थना केली पाहिजे. आमच्या बहुतांश मागण्या ऐहिक बाबींसाठीच असतात. परमात्म्याला मुक्ती मागितली पाहिजे, पण ती आम्ही मागत नाही. आम्ही करंटे आहोत, अज्ञानी आहोत. मला सद्‌गुरूंची भेट घालून दे! ज्यांना सद्‌गुरू मिळाले नाहीत, त्यांनी ही प्रार्थनाही केली पाहिजे. ज्यांना सद्‌गुरू लाभले आहेत, त्यांनी 'गुरुचरणी अचल निष्ठा राहू दे! गुरूंच्या उपदेशाप्रमाणे वागण्याची बुद्धी होऊ दे! माझे मन तुझ्या भक्तीत रमू दे ! माझा अजपाजप अखंड होऊ दे! माझ्या मनात सतत उठणाऱ्या काम-क्रोधाच्या उर्मी शांत कर!' अशा स्वरूपाच्या प्रार्थना केल्या पाहिजेत. जे आपल्या सर्वोच्च हिताचे आहे व जे देणाऱ्याच्या ऐपतीला शोभेल, असे मागितले पाहिजे.

देवाला प्रार्थना कशासाठी करावी, याचा आदर्श गुरुवाणीतील प्रार्थनांतून मिळतो. 'बिलावल' रागात गायिली जागारी श्रीगुरू अर्जुनदेवांची खालील प्रार्थनाही उल्लेखनीय आहे.

'दास तेरे की बेनती रिद करि परगासु ।
तुम्हरी कृपा ते पारब्रहम दोखन को नासु ।।१।।
चरन कमल का आसरा प्रभ पुरख गुणतासु ।
कीरतन नामु सिमरत रहउ जब लगु घटि सासु ।।१।। रहाउ ।।
मात पिता बंधप तूहै तू सरब निवासु ।
नानक प्रम सरणागती जा को निरमल जासु ।।'

हे प्रभू! माझे हृदय प्रकाशित कर. तुझ्या कृपेनेच माझे सर्व दोष संपतील. हे गुणनिधी प्रभू, मला तुझ्या चरणांचाच आश्रय आहे. माझ्या शेवटच्या श्वासापर्यंत तुझे

गुणसंकीर्तन-नामसंकीर्तन घडू दे. तूच माझी माता आहेस. तूच पिता व बंधूही आहेस. तूच सर्वांतर्यामी आहेस. ज्याचे यश निर्मळ आहे, अशा प्रभूचा मी शरणागत आहे.

या प्रार्थनेतही परमात्म्याच्या स्वरूपाचे वर्णन आहे, तसेच देवाला केलेली विनंतीही आहे. 'माझे हृदय प्रकाशित कर' ही विनंती लक्षात घेण्यासारखी आहे. अज्ञानाचा, मोहांचा अंधकार चित्तात दाटलेला असतो. हा अंधार दूर करणे, हेच हृदय प्रकाशित करणे असते. हृदयात असणाऱ्या परमात्म्याचे आम्हाला ज्ञान नसते. 'तैसा हृदयांतु मी रामु । सकल सुखांचा आरामु । कीं अर्जुना भ्रांतासी कामु । विषयावरि ।। (ज्ञा. ९-५९)' या शब्दांत ज्ञानेश्वरमहाराजांनी भगवंताचे मनोगत व्यक्त केले आहे. आमच्या चित्ताला चैतन्याची ओढ नसते, विषयवासनांची ओढ असते; म्हणून हृदयातील परमात्मा आम्हाला जाणवत नाही. परमात्मा हृदयात आहे याचा अनुभव आम्हाला नाही. प्रभुकृपेशिवाय त्याचे ज्ञान होऊ शकत नाही; म्हणून तर त्याला 'माझे अज्ञान दूर कर व ज्ञानाच्या प्रकाशाने चित्त उजळू दे' अशी प्रार्थना करावी लागते.

माणसाला स्वत:चे दोष कळत नसतात, कळाले तरी ते दूर करावे वाटत नसतात; वाटले तरी ते दूर होत नसतात. अशा मन:स्थितीत भगवंताची प्रार्थना करण्याशिवाय पर्याय नसतो. प्रार्थना मनाला बळ देते, धीर देते, उत्साह देते. अंत:करणापासून भक्ताने केलेली प्रार्थना कधीच व्यर्थ ठरत नसते.

हे प्रभो! मला तुझ्याच चरणांचा आश्रय आहे, हे सांगण्यातून अनन्यता व्यक्त होते. भक्ती अनन्यच असली पाहिजे, हे श्री गुरुजींनी अप्रत्यक्षपणे सांगितले आहे. परमात्मा गुणनिधी आहे. माणसातील गुण ही त्याची कृपाच असते. पॉवर हाऊसमधून जशी सर्व घरांना वीज मिळते, तसे सर्व गुण आम्हाला भगवंताकडून मिळतात.

'माझ्या शेवटच्या श्वासापर्यंत तुझे स्मरण होऊ दे', असे म्हणण्यातून तळमळ व्यक्त होते. देह सुटताना देवाचे स्मरण व्हावे, त्याचे नाव जिभेवर यावे, यासाठी जन्मभर सवय करायची असते. नामस्मरणात सातत्य नसले, तर मृत्यूसमयी देवाचे नाव जिभेवर येईलच याची खात्री नसते.

माता, पिता आणि बंधू ही सगळ्यांत जवळची नाती आहेत. देवाशीही अशीच जवळीक असली, तरच तो पावतो. 'परमात्मा माझ्या निकटचा आहे' असे म्हणण्यात त्याला सीमित केल्यासारखे होईल. म्हणून सर्वांतर्यामी ही त्याची विशेषताही गुरुजी सांगतात. 'ज्याचे यश निर्मळ आहे, मी त्याचा शरणागत आहे' असे म्हणण्यातही एक वैशिष्ट्य आहे. खोटेपणा, फसवेगिरी करून यश मिळविले, तर

ते निर्मळ असत नाही. स्वच्छ, कलंकहीन, पारदर्शी यश ज्याने मिळविले आहे, त्याला मी शरण जातो— या विधानात 'तुम्हीही शरण जा' ही सूचना किंवा हा उपदेश अध्याहृत आहे.

माझ्या अंत:करणातील दोष दूर कर, माझे अज्ञान दूर कर— ही प्रार्थना 'तमसो मा ज्योतिर्गमय । मृत्योर्मा अमृतं गमय ।।' या प्रार्थनेची आठवण करून देणारी आहे. ही प्रार्थना खूपच दिव्य, उदात्त, मंगल आहे. स्वत:ला भगवंतात विरघळविणे हा भक्तीचा अर्थ आहे. अंत:करणातील सर्व घाण स्वच्छ करून, शुद्ध अंत:करणात भगवंताला बघणे— ही भक्ती असते. जप, प्रार्थना, ध्यान, ग्रंथपारायण अशा विविध क्रिया भक्तीत केल्या जातात. भक्तिसंकल्पना समजून घेताना परमेश्वराच्या स्वरूपाचीही स्पष्ट कल्पना साधकाला असणे आवश्यक आहे, अन्यथा साधना सदोष होते.

गीत गोविंदकार कवी जयदेव हे फार उच्च कोटीचे भक्त, कवी होऊन गेले. भारतीयांच्या मनात त्यांच्याबद्दल आदराची भावना आहे. कवी जयदेव हे नाव उच्चारताच आदराने मस्तक झुकते, असे हे व्यक्तिमत्त्व आहे. सद्‌गुरू स्वामी वरदानंद भारती सांगायचे की— वरवर बघितले तर 'गीत गोविंद' हे शृंगारिक काव्य वाटते, पण ते तसे नाही. 'गीत गोविंद' कळायला बुद्धी प्रगल्भ व्हावी लागते. गुरुवाणीत जयदेवांची महती सांगणारी दोन वचने आहेत. एक आहे कबीरांचे. ते सांगतात, **'जै देउ नामा बिपु सुदामा तिन कउ कृपा भई है अपार ।'** जयदेव, नामदेव, सुदामा यांच्यावर देवाची अपार कृपा आहे. दुसरे वचन आहे श्रीगुरू अर्जुनदेवांचे. ते म्हणतात, **'जै देव तिआगिओ अहंमेव ।।'** जयदेवांनी अहंकाराचा त्याग केला आहे. अहंकारामुळे मनुष्य परमात्म्याशी एकरूप होऊ शकत नसतो. अहंकार गळाला की, जीवात्मा व परमात्मा यांचे ऐक्य होऊ शकते. अहंकार गळाल्यामुळे जयदेव व्यापक झाले, हे श्रीगुरुजींनी सुचविले आहे. अशा जयदेवांची दोन पदे गुरुवाणीत आहेत. सगुण-साकाराची उपासना करणाऱ्या जयदेवांनी निर्गुण-निराकाराचे वर्णन केले आहे व नाममाहात्म्य सांगितले आहे, म्हणून त्यांच्या पदाला गुरुवाणीत स्थान लाभले असावे. पंजाबी धाटणी असलेले जयदेवांचे संस्कृतप्रचुर पद असे आहे : **'परमादि पुरखमनोपिमं सति आदि भाव रतं । परमद्‌भुतं परक्रिति परं जदि चिंति सरब गतं । केवल राम नाम मनोरमं । बदि अंम्रित ततमाइअं । न दनोति जसमरणेन जनम जराधि मरण भइअं ।।१।।' रहाउ ।।** परमात्मा परमश्रेष्ठ आहे. तो सर्वाधिक शक्तीने तथा सत्य आदी गुणांनी युक्त आहे. तो सर्वाद्य पुरुष आहे. तो ब्रह्मांडाचे मूळ आहे. ब्रह्मांडात तो ओतप्रोत

भरला आहे व ब्रह्मांडाला त्याने व्यापलेलेही आहे. परमात्मा अत्यंत अद्भुत, अचिंत्य, निर्लेप व सर्वदूर पोहोचलेला आहे. अमृतमय परमात्म्याच्या नावाचे स्मरण केल्यास जन्म-मृत्यू, वृद्धापकाळ यांची भीती वा चिंता उरत नाही.

परमात्म्याएवढे बल, सामर्थ्य, कौशल्य, संपदा, योजकत्व, बुद्धी, सृजनशीलता आदी गुण अन्य कोणातच नाहीत. परमात्मा हा समुद्र आहे असे जर मानले, तर आपण एक थेंबही नसतो. ब्रह्मांड निर्माण होण्यापूर्वी परमात्म्याशिवाय अन्य काही अस्तित्वात नव्हते. भगवंतावर काळाचा परिणाम होत नाही, कारण काळ त्याचीच निर्मिती आहे. सत्य त्रिकालाबाधित असते, म्हणून परमात्म्याला सत्यस्वरूप म्हटले जाते. अनेक गुणांनी युक्त असूनही तो गुणातीत आहे. सर्व जड-चेतनांत असूनही तो निर्लेप आहे. तो अचल असूनही सर्वदूर पोहोचलेला आहे. त्याला जाणणे अशक्य असले, तरी तो भक्तांना दर्शन देतो. आपल्याला वाटणारे विरोधाभास त्याच्यात लय पावतात, म्हणून आपल्यासाठी तो परम अद्भुत आहे. परमात्म्याचे कितीही वर्णन केले तरी ते अपूर्ण असते, कारण त्याचे वर्णन करण्याचे सामर्थ्यच आमच्यात नसते. तसेच तो कल्पनातीत आहे, देहत्रयातीत आहे. 'चोवीसनामी सहस्रनामी परि असे तो अनामी ।।' अशा परमात्म्याच्या अमृतमय नावाचे स्मरण चिंतामुक्त, रोगमुक्त, क्लेशमुक्त, भयमुक्त करणारे आहे. नामात रंगलेल्यांना मिळणारा आनंद अवर्णनीय असतो.

जयदेव आणखी असे सांगतात— **'इछसि जमादि पराभयं जसु स्वसति सुक्रित क्रितं भव भूत भाव समब्यिअं परमं प्रसंनमिदं ।।२।। लोभादि द्रिसटि गिर परग्रिहं जदि बिधी आचरणं । तजि सकल दुहक्रित दुरमती भजु चक्रधर सरणं ।।३।।'**

'हे बंधू, जर तू मृत्यू जिंकू इच्छित असशील, जर सौंदर्य व सुखाचा अभिलाषी असशील; तर लोभादी विकार सोड. परस्त्रीची अभिलाषा बाळगू नकोस. दुर्बुद्धी सोड. स्वतः अविनाशी असून सर्वांचा विनाश घडवून आणण्याचे सामर्थ्य असलेल्या, सदा प्रसन्न असणाऱ्या सर्वश्रेष्ठ परमात्म्याला शरण जा.'

मृत्यू जिंकणे याचा एक अर्थ वासना संपविणे हा आहे. 'जन्म घेणे लागे वासनेचे संगे' असे संतांनी सांगितले आहे. वासना अतृप्त राहिल्या, तर माणसाला पुन्हा जन्म घ्यावा लागतो. 'अंति मती सा गती ।।' असेही संतांनी म्हटले आहे. प्राज्ञपुरुष विनोबाजी भावे यांनी 'मोक्षाची' सुंदर व्याख्या केली आहे. ते म्हणतात, 'मोहाचा क्षय म्हणजे मोक्ष.' मृत्यू जिंकणे हे देहपतन थांबविणे नसून, जन्माला येण्याचे कारण संपविणे आहे. कठोपनिषदात 'यदा सर्वे प्रमुच्यन्ते कामा येऽस्य

हृदिश्रित: । अथ मर्त्योऽमृतो भवति अत्र ब्रह्म समश्नुते ॥' असे म्हटले आहे. अंत:करणाला चिकटलेल्या सर्व वासना जेव्हा संपतात, तेव्हा मनुष्य अ-मृत होतो. तो येथेच ब्रह्मस्वरूप होतो. (म्हणजे जन्म-मरणाचे चक्र संपवितो) कामना सोडण्याशिवाय मृत्यूला जिंकण्याचा अन्य कोणताही नार्ग नाही.

जो परमेश्वराला शरण जातो, त्याच्या कामना हळूहळू ओसरतातच. त्याची आसक्ती कमी होत जाते आणि परमात्म्याशिवाय साधकाचे मन कशातही रमत नाही. हे कसे शक्य आहे, असे कोणाला वाटले; तर प्रेमात पडलेल्या तरुणाच्या स्थितीची कल्पना करावी. मजनूला खाणे, पिणे, वाचणे, खेळणे अशा क्रियांत रस उरत नसतो. त्याला लैलाचा सतत ध्यास असतो. भक्ती हे भगवंतावर असलेले प्रेमच असते. भक्तीची व्याख्या महर्षी नारदांनी 'सा त्वस्मिन् परमप्रेमरूपा ।' अशीच केली आहे. परमेश्वराच्या प्रेमात रंगलेला माणूस अन्य कशाच्या प्रेमात पडूच शकत नाही.

मनुष्याची दुर्बुद्धीच त्याच्या घाताला कारणीभूत ठरते. जे माझे नाही, ते मिळावे वाटणे ही दुर्बुद्धी आहे. दुसऱ्याचे अहित व्हावे असे वाटणे, ही दुर्बुद्धी आहे. नीतिमत्तेचे विस्मरण होणे, ही दुर्बुद्धी आहे. दुर्बुद्धीने आत्मदर्शन होत नाही.

आपल्या गावात जो बलवान, धनवान, सत्तावान असतो; त्याला लोक शरण जातात व सुखी होतात. परमात्मा तर सर्वाधिक बलवान, धनवान, सत्तावान असतो. आपण त्याला शरण जाऊ शकलो, तर किती सुखी होऊ!

जयदेव आणखी सांगतात, **'हरि भगत निज निहकेवला रिद करमणा बचसा । जोगेन किं जगेन किं दानेन किं तपसा ।।४।।'** हरिभक्त मनाने, वाचेने आणि कर्माने पवित्र असतात. त्यांना यज्ञ-यागाबद्दल प्रेम नसते व दान-तपाचे त्यांना प्रयोजन उरत नाही. 'यज्ञानाम् जपयज्ञोऽस्मि' या शब्दांत नामजपाचे महत्त्व भगवंताने सांगितले आहे. नामजपावर ज्याची प्रीती जडते, त्याला यज्ञ-यागात रस उरत नाही. नामजपासाठी अन्य कोणावर अवलंबून राहावे लागत नाही. स्वत: करण्यासारखे हे सुलभ साधन आहे. अशा साधकांसाठी नामजप हेच तप असते. त्यांना अन्य तपाची गरज वाटत नाही.

स्वत: काय केले, याबाबतही जयदेव असे सांगतात— **'गोबिंद गोबिंदेति जपि नर सकल सिधि पदं । जैदेव आइउ तस सफुटं भव भूत सरब गतं ।।५।।'** मी सर्व आश्रय सोडून सर्वव्यापी प्रभूला शरण गेलो आहे; जो भूतकाळातही अस्तित्वात होता, वर्तमानातही अस्तित्वात आहे व भविष्यकाळातही अस्तित्वात राहील. जो कायमचा सर्वत्र उपस्थित आहे व जो सर्व सिद्धींचे भांडार आहे, अशा परमात्म्याचे भजन करा.

भक्तीत अनन्यता असावीच लागते. भक्ती अव्यभिचारिणी असावी लागते. परमात्म्याचे स्वरूप कसे आहे, हे किमान शब्दांच्या पातळीवर तरी जाणून भक्ती केली पाहिजे; तरच भक्ती सुयोग्य पद्धतीने होईल व ती फलद्रूप ठरेल. श्रीगुरू अर्जुनदेवांनी परब्रह्माचे स्वरूप 'बावन आखरी'मध्ये खालीलप्रमाणे वर्णिले आहे :

'हे अचुत हे पारब्रहम अबिनासी अघनास ।।
हे पूरन हे सरब मै दुख-भंजन गुणतास ।।
हे संगी हे निरंकार हे निरगुण सभ टेक ।।
हे गोबिंद हे गुण निधान जा कै सदा बिबेक ।।
हे अपरंपर हरि हरे हहि भी होवन हार ।।
हे संतह कै सदा संगि निधारा आधार ।।
हे ठाकुर हउ दासरो मै निरगुन गुनु नही कोइ ।।
नानक दीजै नाम दानु राखउ हीऐ परोइ ।।'

हे स्थिर, अविनाशी, पापनाशक, सर्वव्यापक, पूर्ण, दु:खनाशक, विवेकी, गुणनिधी, निराकार, सर्व जीवांचा आश्रय, अपरंपार प्रभू, हे पापहारका, कालातीता, निराधारांचा आधार असलेल्या प्रभू... मी गुणहीन आहे. मला तुझे नाम देण्याची कृपा कर, जे मी हृद्रयात गुंफून ठेवेन.

ज्याचे कधीच स्खलन होत नाही, अध:पतन होत नाही; त्याला अच्युत म्हणतात. सगळे जीव स्खलनशील आहेत, एकटा परमात्मा अच्युत आहे. जगात नाश न होणारी एकमेव बाब परमात्मा हीच आहे. बाकी सर्वांचा केव्हा ना केव्हा नाश होणारच आहे. आमच्या पापांचाही नाश परमात्मा करतो. परमात्मा पूर्ण आहे; म्हणजे ब्रह्मांडात गच्च भरलेला आहे, त्याच्याशिवाय ब्रह्मांडात अन्य काहीच नाही. खडीसाखरेत जशी गोडी एकरस भरलेली असते किंवा अलंकारात सोने एकरूप असते तसा परमात्मा जगात गच्च भरलेला आहे. 'पूर्ण' ही संकल्पना चपखलपणे शब्दांनी व्यक्त करता येण्यासारखी नाही. खऱ्या अर्थाने पूर्ण हा शब्द केवळ परमात्म्याच्या संदर्भातच वापरता येतो. आपण पूर्ण हा शब्द व्यवहारात खूपदा वापरत असतो. उदा.– खाद्य पदार्थांनी ताट पूर्ण भरले आहे, पाण्याने तांब्या पूर्ण भरला आहे इ. अशा वाक्यांतील पूर्ण हा शब्द मर्यादित अर्थाने योग्य असला, तरी पूर्ण शब्दाने केवळ आत्मतत्त्वच व्यक्त होते. पूर्णत्व असे असते की, ज्यात काही मिळविले तरी वाढ होत नाही व काही घटविले तरी पूर्णत्वाला बाधा येत नाही. उदा.– महापूर आलेल्या नद्या समुद्राला मिळाल्या तरी समुद्र आपली मर्यादा सोडत नाही व उन्हाळ्यात समुद्र आटत नाही. समुद्राचे अस्तित्व जसे भर पडली वा भर पडली नाही वा घट केली

तरी अबाधित राहते, तसे परमतत्त्वाचे पूर्णत्व असते.

मोजमाप करण्याची जी-जी परिमाणे आपल्याला ज्ञात आहेत, त्या कोणत्याही परिमाणाने मोजला न जाऊ शकणारा परमात्मा परिपूर्ण आहे. त्याला कोणत्याही कामासाठी कोणत्याही बाह्य घटकाची मदत घ्यावी लागत नाही. तो स्वावलंबी आहे, स्वयंपूर्ण आहे, स्वयंप्रकाशी आहे. कोणत्याही बाह्य साधनसामग्रीचा वापर काहीही निर्माण करण्यासाठी तो करत नाही. हीच त्याची पूर्णता आहे. परमात्मा आम्हा सर्वांची दु:खे दूर करणारा आहे. दु:ख दूर करण्याची इच्छाही असावी लागते व क्षमताही असावी लागते; जी ईश्वरात आहे. तो गुणनिधी आहे. जीवनसृष्टीसोबत प्रभू कायम असतो. इतर सर्व लोक आपली साथ सोडतील, पण परमात्मा आपली साथ कधीच सोडत नाही. परमात्मा गुणाधीश आहे, गुणनिधी आहे; तरीही तो गुणातीत आहे. ही त्याची विशेषता आहे. सर्व जीवसृष्टी जड-चेतनही त्याच्याच आश्रयात सुरक्षित आहे. 'गोविंद' शब्दाचा अर्थ 'इंद्रियांचा स्वामी' असा आहे. परमात्म्याच्या संदर्भात गोविंद शब्दाचा अर्थ ब्रह्मांडाचा स्वामी असा करता येईल. परमात्म्याचा अंत लागणे शक्य नाही, म्हणून त्याला अपरंपार म्हणतात. परमात्मा संतांचा सखा असतो. तो निराश्रितांचे आश्रयस्थान असतो.

अशा परमात्म्याला 'तुझ्या नामाचे दान दे', अशी प्रार्थना करावी. परमात्म्याला जाणण्याची गुरुकिल्ली नाम आहे. ती प्राप्त झाली, तर भाग्य उजळते.

श्रीगुरुजींनी परमात्म्याचे स्वरूप आणखी एका पद्धतीने स्पष्ट केले आहे. ते म्हणतात, **'सरगुन निरगुन निरंकार सुंन समाधी आपि ।। आपन कीआ नानका आपे ही फिरि जापि ।।'** हे वर्णन वाचताना 'तुज सगुण म्हणू की निर्गुण रे । सगुण निर्गुण एक गोविंदू रे ॥' हे ज्ञानेश्वरमहाराजांचे शब्द आठवतात. श्रीगुरू अर्जुनदेवांनी हा विचार बावन अखरीत असा मांडला आहे : **'निरंकार आकार आपि निरगून सरगून एक ।। एकहि बखानना नानक एक अनेक ।।१।।'** निराकारही तोच आहे, साकारही तोच आहे. ब्रह्मांडाचा निर्माता व ब्रह्मांडाला व्यापणाराही तोच आहे. त्या एकानेच अनेकत्व धारण केले आहे. परमात्मा सगुणही आहे, निर्गुणही आहे. त्याने ब्रह्मांडाला व्यापलेले आहे व ब्रह्मांडापलीकडेही तोच आहे. सत्त्व, रज, तम या गुणांच्या पलीकडचा असूनही तो सर्व गुणांनी युक्त आहे. निर्विकल्प समाधीत त्याचे निश्चलत्व प्रत्ययाला येते. सर्व विरोधाभास त्याच्या ठिकाणी लय पावतात.

पराकोटीच्या प्रेमाने व तळमळीने श्रीगुरुजी सांगतात–

'द्रुलभ देह का करहु उधारु ।

अम्रित बचन हरि के गुन गाउ ।।
प्रान तरन का इहै सुआउ ।।
आठ पहर प्रभ पेखहु नेरा ।।
मिटै अगियान बिनसै अंधेरा ।।
ओसुनि उपदेसु हिरदै बसावहु ।।
मन इछे नानक फल पावहु ।।'

मनुष्यदेह दुर्लभ आहे. जन्म सार्थक करण्याचा एकमात्र उपाय हरिगुणगान हाच आहे. 'प्रभू सदा जवळ आहे' अशी भावना ठेवल्यास अज्ञान लयाला जाईल, अहंकार संपेल. हा उपदेश हृदयात जपून ठेवून त्याप्रमाणे आचरण केले, तर मनोवांच्छित फळ लाभेल— म्हणजे परमात्म्याचा अनुभव येईल. चोवीस श्लोक व चोवीस अष्टपद्यांची ही मालिका भक्ताला भवसागरातून तारण्याचा मार्ग दाखविण्यास समर्थ आहे; प्रश्न आहे तो हे उपलब्ध अमृत आम्ही किती व कसे प्राशन करतो, याचा.

भक्तीच्या संदर्भात एक महत्त्वाची गफलत आपण करत असतो. भक्तीचे मर्म जाणून न घेता, जे करतो त्यालाच आपण भक्ती मानतो. यांत्रिक पद्धतीने केलेल्या कर्माला भक्ती मानणे, हा आपला भ्रम असतो. हा भ्रम दूर होण्यासाठी, भक्तीचे रहस्य समजण्यासाठी ग्रंथांचे वाचन, संतसमागम आवश्यक आहे. दुर्दैवाने आपण धर्मातील बारकावे समजून घेत नाही. उदाहरणार्थ— गुरूंनी 'तंबाखू खाऊ नका' असे सांगितले. तंबाखू खाणे लोकांनी सोडले, पण तम सोडला नाही. तसेच तंबाखू सोडली, पण अन्य मादक पदार्थांचे सेवन सोडले नाही. कमी घातक आम्ही सोडले आणि जास्त घातक जोपासले आहे. म्हणून तर नामदेवरायांवर **'साप कुंच छोड़ै बिखु नहि छाड़ै। '** असे म्हणायची वेळ आली. साप आपली कात टाकतो, पण विष टाकत नाही. बगळा एका पायावर उभा राहतो, पण बकध्यान देवासाठी नसून माशासाठी असते. **'काहेकउ कीजै धिआन जपना । जब ते सुधु नाही मनु अपना ।।'** असेही नामदेवराय म्हणतात. भक्ती ही मनशुद्ध करण्याची प्रक्रिया आहे, व्यक्तिमत्त्व विकासाची प्रक्रिया आहे. नुसते बहिरंग सजविणे उपयोगाचे नाही. मन शुद्ध नसेल; तर ध्यान, जप या सर्व बाबी निरर्थक आहेत. हे सर्व कळण्यासाठी धर्मग्रंथांचे वाचन आवश्यक आहे.

***

प्रकरण ५ वे

सद्गुरू महिमा

शिळेत (दगडात) शिल्प होण्याची क्षमता असली तरी, शिळा स्वत:चे रूपांतर शिल्पात घडवून आणू शकत नाही. या रूपांतरासाठी शिल्पकाराची गरज असते. दगडातील नको असलेला भाग शिल्पकाराने काढून टाकताच दगडातील अव्यक्त शिल्प व्यक्त होते. साधकाच्या बाबतीत सद्गुरू नेमके हेच करतात. शिष्याच्या अंत:करणावर विविध मळांचे जे लेप चढलेले असतात, ते दूर करण्यासाठी सद्गुरू प्रेरित करतात. हे मळांचे लेप दूर झाले की, अंत:करणात बसलेला हरी जाणवतो. मार्गदर्शनाने, प्रेरणेने, प्रसंगी स्वत:चे आध्यात्मिक बळ वापरून शिष्याच्या चित्तात चैतन्याची ओढ सद्गुरू निर्माण करतात. मनुष्याचा साधक व साधकाचा सिद्ध सद्गुरुकृपेमुळेच होतो.

श्रीगुरू अंगददेवांनी गुरूचे महत्त्व खालीलप्रमाणे सांगितले आहे :

जे सउ चंदा उगवहि सूरज चड़हि हजार ।
एते चानण होदिहां गुर बिनु घोर अंधार ।।

शंभर चंद्र जरी आकाशात प्रकाशत असले आणि हजारो सूर्यांचा जरी उदय झाला, तरी गुरूशिवाय घोर अंधकारच असतो. सूर्य-चंद्राच्या प्रकाशाने पृथ्वीवरचा अंधार दूर होईल; पण अंत:करणातील अज्ञानाचा अंधार सूर्य-चंद्र दूर करू शकत नाहीत. अज्ञानाचा अंधार केवळ गुरूच दूर करू शकतात.

मानवाला बुद्धीचे वरदान लाभले असले तरी 'गुरू बिन कौन बताये बाट ।।' अशी मानवाची स्थिती आहे. पशू-पक्ष्यांना न शिकविताच फार काही आपोआप कळते; पण मानवाला शिकविल्याशिवाय काहीच येत नाही, म्हणून गुरूची नितांत आवश्यकता असते. श्रीगुरू नानकदेवांनी **'बिनु सतिगुरू किनै न पाइआ।।'** असे म्हटले आहे. सद्गुरूशिवाय परमात्म्याचा साक्षात्कार होत नाही, इतके गुरूचे महत्त्व आहे. परमेश्वरापेक्षा गुरू का श्रेष्ठ आहेत, याची कारणमीमांसा खालीलप्रमाणे दिली

आहे :

गुरू गोविंद दोनो खडे का के लागु पाय ।
बलहारी गुरू आपकी जिन्हो गोविंद दिया दिखाय ।।

गुरू आणि परमेश्वर समोर उभे असतील तर प्रथम वंदन कोणाला करावे? गुरूमुळेच देव दिसला, या भावनेने प्रथम गुरूला वंदन करावे. श्रीगुरू अंगददेव म्हणतात, ''गुरूंचा देह अमृतरूपी जलाने (म्हणजे ब्रह्मज्ञानाने) निथळत असतो. गुरू अमृतजल शिष्यांवर शिंपडतात म्हणजे अमृततुल्य विचारांचा प्रसार करतात.'' ज्यांना गुरूंचे विचार पटतात, ते तृप्त होतात. श्रीगुरू म्हणतात, **'गुरुं तुठै हरि पाइआ ।।'** गुरू जर शिष्यावर प्रसन्न झाले, तर ते शिष्याला हरिदर्शन घडवितात. हरी आणि हरीचे जन असा भेद संपतो व हरिभक्त हरीच होतात.

श्रीगुरू नानकदेव म्हणतात, **'सतिगुरू है बोहिथा विरलै किनै वीचारिआ । करि किरपा पारि उतारिआ ।।'** भवसागर पार करण्यासाठी सद्‌गुरू हे जहाज आहे. ज्यांच्यावर गुरू कृपा करतात, त्यांना ते भवसागरातून वाचवितात.

सद्‌गुरूंच्या मानसिक-वैचारिक सहवासात जर आपण रमू शकलो, तर कल्याणाचा मार्ग गवसतो. सामान्यत: सद्‌गुरूंच्या शारीरिक सहवासाला शिष्य महत्त्व देतात. शारीरिक सहवासाचाही लाभ होतोच, पण वैचारिक सहवासाचा लाभ अधिक असतो. याबाबत उपनिषदात असे सांगितले आहे : 'स यदा बली भवति अथ उत्थाता भवति, उत्तिष्ठन् परिचरता भवति, परिचरन् उपसत्ता भवति, उपसीदन द्रष्टा भवति, श्रोता भवति, मन्ता भवति, बोद्धा भवति, कर्ता भवति, विज्ञाता भवति ।।' (छांदोग्य).

स्वहिताच्या तळमळीचे बळ माणसाला सद्‌गुरूंच्या दारी घेऊन जाते. साधक गुरुसेवा करतो. सेवा करतानाच गुरूंचे आचरण, व्यवहार तो चिकित्सक दृष्टीने बघत असतो. गुरूंचा उपदेश, विचार ऐकत असतो. उपदेशाचे, विचारांचे चिंतन-मनन करत असतो. गुरूंच्या उपदेशाप्रमाणे आचरण करत असतो. आत्मपरीक्षण करून स्वदोषांचे निर्मूलन करत असतो. असे करता-करता तो गुरुकृपेने व भगवद् इच्छेने ज्ञाता होतो. आत्मज्ञानी होऊन यमपाशातून मुक्त होतो. साधकाची सिद्धावस्थेपर्यंत अशी वाटचाल होत असते.

श्रीगुरू अर्जुनदेवांनी 'बावन आखरी' या प्रदीर्घ काव्याच्या आरंभी सद्‌गुरूंचे स्वरूप व महती व्यक्त करणारे एक सुंदर पद लिहिले आहे. गुरू हा देह नसतो, ते एक तत्त्व असते. म्हणूनच ते अजर, अमरही असते. आपण आरंभी देहस्वरूपात गुरूला भजत असतो, पण ते गुरूंचे यथार्थ स्वरूप नसते. गुरू हा केवळ देह असता,

तर 'आता सद्‌गुरू वर्णवेना । जेथे माया स्पर्शों शकेना । ते स्वरूप मज अज्ञाना । काय कळे ॥' (१-४-१) असे समर्थांनी म्हटले नसते. म्हणून सद्‌गुरूंचे स्वरूप समजून घेतले पाहिजे. आध्यात्मिक प्रगतीसाठी सद्‌गुरूंचे स्वरूप समजून घेणे आवश्यक असते.

गुरू हा मनुष्याचा शिल्पकार आहे. तो साधकाला घडवितो, म्हणून गुरूचे स्थान भक्ताच्या जीवनात अद्वितीय असते. श्रीगुरू अर्जुनदेव यांनी गुरूचे महत्त्व असे वर्णिले आहे :

'गुरदेव माता गुरदेव पिता गुरदेव सुआमी परमेसुरा ।
गुरदेव सखा अगिआन भंजनु गुरदेव बंधिप सहोदरा ।
गुरदेव दाता हरिनामु उपदेसै गुरदेव मंतु निरोधरा ।
गुरदेव सांति सति बुधि मूरति गुरदेव पारस परस परा ।
गुरदेव तीरथु अम्रित सरोवरु गुर गिआन मजनु अपरंपरा ।
गुरदेव करता सभि पाप हरता गुरदेव पतित पवित करा ।
गुरदेव आदि जुगादि जुगु जुगु गुरदेव मंतु हरि जपि उधरा ।
गुरदेव संगति प्रभ मेलि करि किरपा हम मूड़ पापी जितु लगि तरा ।
गुरदेव सतिगुरु पारब्रहमु परमेमरु गुरदेव नानक हरि नमसकारा॥१॥'

माझी जननी-जनक गुरूच आहेत. गुरू हेच माझे स्वामी आहेत व माझे परमदैवतही आहेत. गुरू माझे मित्र आहेत, माझे अज्ञान दूर करणारे आहेत. गुरूच माझे आप्तस्वकीय आणि बंधू आहेत. हरिनामासारख्या अमूल्य वस्तूचा हरिनामासारख्या अमूल्य वस्तूचा उपदेश देणारे गुरू दातृत्ववान आहेत. गुरुमंत्र उद्धार करणारा असतो. गुरू सत्य, शांती व बुद्धीची मूर्ती असतात. गुरू हा परिसापेक्षा श्रेष्ठ असलेला परिस असतो. गुरू हेच तीर्थ असते. ज्याचा पार लागू शकत नाही, असा ज्ञानाचा सागर गुरू असतो. सर्व शुभ गुणांचा धाता गुरू असतो. सर्व पातकांचा संहारकर्ताही गुरूच असतो. विकारी व्यक्तींना पवित्र करण्याचे सामर्थ्य गुरूत असते. ब्रह्मांड अस्तित्वात आले, तेव्हापासूनच्या सर्व युगांत गुरू आहेतच. आम्ही मूढ, पापी जन गुरुकृपेने उद्धरू शकतो. गुरू हे परमेश्वराचे रूप आहे. हरिरूपी परमेश्वराला मी वंदन करतो.

श्रीगुरू अर्जुनदेवांनी **'गुरुदेव माता, गुरुदेव पिता ।'** असे म्हटले आहे. आई-वडील शरीराला जन्म देतात, तर सद्‌गुरू मानवाला साधक बनवितात. या अर्थाने ते माणसाला एक नवाच जन्म देतात. माणसाला आई-वडील सर्वांत जवळचे वाटतात. शिष्याला गुरूही तितकेच जवळचे वाटतात. आई हे मूर्तिमंत प्रेम असते,

तर वडील शिस्त लावतात. मुलाच्या कर्तृत्वाला दिशा देतात. आई आणि वडिलांची कामे गुरू करतात, म्हणून साधकाला गुरू हे जननी-जनक वाटतात. गुरुजींनी 'स्वामी' असेही गुरूंचे वर्णन केले आहे. स्वामी म्हणजे मालक. गुरूंना स्वामी म्हणताच, स्वत:ची स्वत:वरची सत्ता संपते. गुरूंच्या इच्छेप्रमाणे वागणे अभिप्रेत असते. स्वत:च्या स्वातंत्र्याचा विलय स्वामीच्या ठिकाणी केला जातो. शिष्यासाठी गुरूच सर्वस्व असतो, तोच परमेश्वरही असतो. परमेश्वर हा परमश्रेष्ठ, परमज्ञानी, परमबलवान असतो. शिष्याला गुरूही असाच वाटतो.

'सखा' हा शब्द अर्थगर्भ आहे. मनुष्य स्वत:चे गुह्य मित्राला सांगतो. मित्र ही अंत:करण मोकळे करण्याची जागा असते. शिष्यांसाठी गुरू ही अशीच एक जागा असते. शिष्याला पतनापासून गुरू वाचवितात. सर्वाधिक खरे प्रेम करणारा सखाच असतो. या सर्व अर्थांनी गुरू हा शिष्याचा सखा असतो. 'गुकारस्त्वन्धकारश्च रुकारस्तस्य नाशक: । अज्ञानग्रासकं ब्रह्म गुरुरेव न संशय: ॥' हा भाव 'अगिआन भंजनु' या शब्दांत गुरुजींनी मांडला आहे. शिष्याचे अज्ञान दूर करण्याचे काम गुरूशिवाय अन्य कोण करणार? 'सहोदर' हेही एक विशेषण गुरूसाठी वापरण्यात आले आहे. मी ज्या उदरातून बाहेर आलो, त्याच उदरातून बाहेर पडलेला— हा 'सहोदर'चा अर्थ आहे. मी जशी परमात्म्याची उपज आहे तसेच माझे गुरूही त्याच परमात्म्याची निर्मिती आहेत, या अर्थाने सहोदर हा शब्द वापरला आहे. 'बंधिप' हेही एक विशेषण वापरले गेले आहे. बंधिप म्हणजे आप्तेष्ट, नातेवाईक, जवळिकीचे हे आणखी एक परिमाण आहे.

गुरू करतात काय? हरिनामाचा शिष्याला उपदेश देतात व उद्धार करण्याचे सामर्थ्य असलेला मंत्र देतात. थोडक्यात, दिशा दाखविण्याचे काम गुरू करतात. वाटचाल ज्याची त्यालाच करावी लागत असली, तरी वाटाड्या असावाच लागतो. तो नसला, तर रस्ता चुकण्याचा धोका असतो. तसेच 'न मंझिल है न मंझिल का पता । जिंदगी रास्ता हि रास्ता ॥' असे होऊ नये, म्हणून गुरू आवश्यक असतात. उद् + धार म्हणजे म्हणजे वर काढणे. आसक्ती, मोह यांच्या खाईत आम्ही पडलेलो असतो. आम्हाला कोणी यातून वर काढले नाही, तर आम्ही आहोत तिथेच राहू. आमच्या उद्धाराचे काम गुरू करतात. कोठे पोहचायचे आहे व आपण कोठे आहोत याची जाणीव गुरू करून देतात. आमच्या विवेकावर चढलेली मोहांची पटले ते दूर करतात आणि आत्मविकासाच्या दिशेने मार्गक्रमण करण्याची प्रेरणा देतात, हा 'उद्धार'चा अर्थ आहे.

'गुरदेव सांति सति बुधि मूरति ।।' असे श्रीगुरू अर्जुनदेव म्हणतात. गुरू

शांतिसागर असतात. त्यांची शांती कशानेही भंगत नाही. आमच्या अंत:करणात अशांतीच्या असंख्य लाटा अविरत उठत असतात, म्हणून आमची आध्यात्मिक प्रगती होत नसते. अशांत चित्ताच्या व्यक्तीला मार्गदर्शन करणारा शांत चित्ताचा असावा लागेल. नाही तर, 'आंधीसी नेई आंधळा ।' अशी स्थिती होईल. चित्त अशांत होण्याची कारणे दूर कशी करावीत, हे सांगून शांतीचा मार्ग गुरू दाखवितात. 'नम: शिवाय सर्वदा । मंत्र आदरे जपा । चित्त शांत होतेसे । बाधती न आपदा ।।' हा शांतीचा मार्ग गुरू दाखवितात. गुरू हे सत्यनिष्ठेचे मूर्तिमंत रूप असते. गुरू शिष्याच्या सद्‌बुद्धीची जोपासना करतात. सत्य, असत्य, सार-असार, हितकारी-अहितकारी, पोषक-घातक याचे निवाडे क्षणोक्षणी करावे लागतात. म्हणून अध्यात्ममार्गात सद्‌बुद्धी असावी लागते. गुरू ही सत्याची व बुद्धीची मूर्ती असते.

गुरूंची आणखी एक विशेषता **'गुरुदेव पारस पारस परा ।।'** अशी गुरुजींनी सांगितली आहे. परिसापेक्षाही श्रेष्ठ परिस असे म्हणण्यात एक खुबी आहे. परिस लोखंडाचे सोने करतो, पण लोखंडाचा परिस करत नाही. गुरूंचे तसे नसते. 'आपणा सारीखे करीती तत्काळ । नाही काळ वेळ लागे तया ।।' अशी गुरूंची वृत्ती असते. ते शिष्याला आत्मरूप देतात. म्हणून संतांनी 'लोह परिसाची न साहे उपमा ।' असे म्हटले आहे. 'विचारमालेत' याच अर्थाचे एक वचन असे आहे : **'पारस में और सन्त में बडो अन्तरो जान । वह लोहा कंचन करे यह करे आप समान ।।'**

'गुरुदेव तीरथु अंम्रित सरोवरु गुर गिआन मजनु अपरंपरा ।।' असेही गुरुजी म्हणतात. ज्यात स्नान केल्याने माणसाचे सगळे पाप लयाला जाते, त्याला तीर्थ म्हणतात. गुरूंच्या विचारसागरात जो डुबक्या मारेल, त्याचे सर्व पाप संपेलच; तसेच पुढे पाप न करण्याची वृत्ती निर्माण होईल. 'अमृत अमर करी मनुजा ।' हे अमृताचे कार्य गुरूही करतात. मानवी जन्माचे लक्ष्य परमेश्वराला जाणणे हे आहे, याची जाणीव गुरू सतत देतात. गुरुउपदेशाप्रमाणे शिष्याने वाटचाल केली व तो परमात्म्याला जाणू शकला, तर त्याचे जन्म-मरणाचे चक्र कायमचे संपते. अशा आत्मज्ञाची कीर्ती खूप होते. आत्मज्ञाने देह सोडला तरी 'मरावे परी कीर्तिरूपी उरावे ।' या न्यायाने आत्मज्ञ अमर होतो. ज्यांच्या ज्ञानाचा अंत समजू शकत नाही, अशा अथांग ज्ञानाचे सागर गुरू असतात.

शिष्याची योग्यता वाढविण्याचे काम गुरू करतात. कोणाला कसे समजावून सांगावे, हे त्यांना कळते. शिष्याची आत्मज्ञानापर्यंत वाटचाल होणे यात गुरूंचेही योगदान असते. पतितांना पवित्र बनविण्याचे काम गुरू करतात. श्रीज्ञानेश्वरमहाराजांची

एक ओवी या संदर्भात स्मरते : 'विषय व्याळे मिठी । दिधलिया नुठी ताठी । ते तुझिये गुरुकृपा दृष्टी । निर्विष होय' ।। गुरूंचे विशुद्ध आचरण हा शिष्याचा आदर्श असतो. त्यांची बोधवाणी शिष्यांना पापापासून, अध:पातापासून परावृत्त करते आणि योग्य दिशेने जाण्यासाठी प्रेरित करते.

ब्रह्मांड अस्तित्वात आले तेव्हापासून गुरुतत्त्व अस्तित्वात आहे. परमात्माच आदिगुरू मानला जातो. सर्वच युगांच्या आरंभी व युग संपले तरीही गुरुतत्त्वाचे अस्तित्व अखंड, अभंग, निरंतर असते. या तत्त्वाच्या अस्तित्वाचे सातत्य हा जगदाधार आहे. विविध ग्रंथांचे मर्म नेटकेपणाने समजावून सांगण्याचे काम देहाच्या आश्रयाने राहणारे गुरुतत्त्व करत असते. म्हणूनच समर्थ रामदासस्वामी म्हणतात– 'फोडूनि शब्दांचे अंतर । वस्तू दाखवी निजसार । तोचि गुरु माहेर । अनाथांचे ।।' शिष्याच्या मनातील विश्वाभास व विविध भ्रम दूर करण्याचे काम गुरू करतात. ज्ञानदेवांनी 'मावळवित विश्वाभासु' असे सद्‌गुरूंबद्दल म्हटले आहे.

आत्मदर्शन होण्यासाठी गुरुकृपेची नितांत आवश्यकता असते. लोक समजतात तसा भक्तिमार्ग सोपा नसतो. कठोपनिषदात 'क्षुरस्य धारा निशिता दुरत्यया दुर्गम् पथस् तत् कवयो वदन्ति ।।' असे वर्णन आहे. वस्तऱ्याच्या धारेवर चालण्याइतकी दंतूर वाटचाल भक्तिमार्गाची असते. गुरुवाणीतही असे वर्णन आहे.

अज्ञात रस्त्यावरून वाटचाल करायची असेल, तर गुरूंच्या मार्गदर्शनाची गरज असतेच. या मार्गात कोणती दक्षता घ्यायची, याचीही आम्हाला कल्पना नसते. गुरू याबाबत मार्गदर्शन करतात. **'गुरदेव संगति प्रभ मेलि ।।'** गुरूंच्या सहवासात परमात्म्याचे ज्ञान होते, असे म्हटले जाते. ज्ञानेश्वरमहाराजही 'आत्मसुखाची बाळलेणी । लेवविसी ।।' असे म्हणतात.

***

प्रकरण ६ वे

संत समागम

संतसमागमाचे महत्त्व सर्वच धर्मांत सांगितले जाते. गुरुवाणीतही संतसहवासाचे महत्त्व विविध प्रकारे सांगितले आहे. श्रीगुरू अर्जुनदेव याबाबत सांगतात :

'बिसरि गई सभ तात पराई। जब ते साध संगति मोहि पाई ।।१।। रहाउ ।।
ना को बैरी नही बिगाना सगल संगि हम कउ बनि आई ।।१।।
जो प्रभ कीनो सो भल मानिओ एह सुमति साधू ते पाई ।।२।।
सभ महि रवि रहिआ प्रभु एकै पेखि पेखि नानक बिगसाई ।।३।।'

श्रीगुरुजींचे हे पद कानडा रागात गायिले जाते.

संत कोणाला म्हणावे, याबाबत सर्वच धर्मांतील संतांनी-विचारवंतांनी आपापली मते मांडली आहेत. संत-कवी श्रीदासगणूमहाराज म्हणतात, 'संत म्हणा त्याला जो का ऐहिक सुखा विटला ।।' श्रीतुकाराममहाराज म्हणतात, 'जे का रंजले गांजले । त्यासी म्हणे जो आपुले । तोचि साधू ओळखावा । देव तेथेचि जाणावा ।।' भगवान श्रीकृष्णांचे संतांबाबत मनोगत असे आहे : 'आत्मज्ञाने चोखडी । संत माझी रूपडी ।।' गुरुवाणीतही 'ज्याला परमात्मा जाणवला, त्याला संत म्हणावे' असे सांगितले आहे. ज्यांना ऐहिक सुखात रस नसतो, दीन-दुःखी जनांना जे मदत करतात व जे आत्मज्ञानी आहेत, त्यांना संत म्हणावे. अशा संतांच्या सहवासाचा लाभ श्रीगुरुजींनी वरील पदात सांगितला आहे. 'कस्तुरी संगे सुवास मृत्तिकेला' हा जगातील नियम आहे. संतांच्या सहवासाचा परिणाम आम्हा सामान्य जनांवर होतोच. त्या परिणामाबाबत गुरुवाणीत काय म्हटले आहे, हे बघण्यापूर्वी, श्रीतुकाराममहाराज काय म्हणतात, ते प्रथम विचारात घेऊ. महाराज म्हणतात :

'आम्ही बिघडलो तुम्ही बिघडा ना ।।
चंदना संगे बाभळी बिघडल्या ।
ज्या ज्या बिघडल्या, त्या चंदनचि झाल्या ।।

गंगे संगे नद्या बिघडल्या ।
ज्या ज्या बिघडल्या, त्या गंगाचि झाल्या ।।
विठ्ठला संगे तुका बिघडला ।
जो जो बिघडला, तो विठ्ठलचि झाला ।।'

अगदी याच आशयाचे कबीरांचे पद गुरुवाणीत आहे, जे भैरव रागात गायिले जाते. पद असे आहे :

'गंगा के संग सलिता बिगरी । सो सलिता गंगा होइ निबरी ।।१।।
बिगरिओ कबीरा राम दुहाई । साचु भइओ अन कतहि न जाई ।।१।।रहाउ।।
चंदन कै संगि तरवरु बिगरिओ । सो तरवरु चंदनु होइ निबरिओ ।।२।।
पारस के संग तांबा बिगरिओ । सो तांबा कंचनु होइ निबरिओ ।।३।।
संतन संगि कबीरा बिगरिओ । सो कबीरु रामै होई निबरिओ ।।४।।'

'दोन मोठी माणसे सारखा विचार करतात' या अर्थाचा एक वाक्प्रचार इंग्रजी भाषेत आहे. त्याचे स्मरण या पदामुळे झाले. **'संतन संगि कबीरा बिगरिओ । सो कबीरु रामै होई निबरिओ ।।'** या शब्दांत कबीरांनी संतांच्या सहवासाचा परिणाम सांगितला आहे.

संत कोणाला म्हणावे, संतसहवासाचे लाभ, याबद्दल विविध पदांत श्रीगुरू अर्जुनदेवांनी आपले विचार मांडले आहेत. एका पदात ते म्हणतात, **'संत प्रसादि तरे कुल लोगा नांनक लिपत न माइओ ।।'** संतांच्या कृपेमुळे जीव भवसागरातून तरतो. संतसमागमामुळे मन निर्लेप बनते, ज्यामुळे मायेचा लेप मनाला लागत नाही.

'बिसर गई सभ तात पराई ।' या पदात ते म्हणतात 'इतरांबद्दल मला ईर्ष्या वाटत असे, जी संतसहवासामुळे संपली.' 'संत तेथे विवेका असणे की जी ।' या शब्दांत ज्ञानेश्वरमहाराजांनी संतांचे वैशिष्ट्य सांगितले आहे. जो संतांच्या सहवासात जातो, त्याच्या विवेकावर जमा झालेले विविध मळ दूर होतात. संतांच्या उपदेशाचे जो मनन-चिंतन करतो, त्याला स्वत:चे दोष कळतात. या दोषांच्या निर्मूलनाचा प्रयत्न साधक करतात. या कामातदेखील संतांचे प्रोत्साहन, मार्गदर्शन लाभते. संतांचे आचरण पथदीपासारखे असते. संत विविध ग्रंथांची पारायणे करवून घेतात, ज्यातूनही काही बोध होतो. या सर्वांचा एकत्रित परिणाम– ईर्ष्या लयाला जाते, द्वंद्वे गळून पडतात, 'आत्मवत् सर्वभूतेषु' अशी वृत्ती बनते. प्रभू जे करतो, ते आपल्या हिताचेच आहे, हा भाव बळावतो. साधूंच्या संगतीने विवेक बळावतो व दोष उणावतात, हा मोठा फायदा असतो. उदाहरण योग्य नसेलही कदाचित, पण मुद्दा स्पष्ट करणारे आहे. लाकडात ज्वलनक्षमता असली, तरी लाकूड स्वत:हून आपोआप पेटत नाही;

आग निर्माण करणाऱ्या साधनाने त्याला पेटवावे लागते. साधकाचेही तसेच असते. तो विवेकी असतो, पण विवेकावर मोहाची राख जमलेली असते. 'ही राख आहे', हा विचार गुरू मनात बिंबवितात, ती दूर करण्यासाठी साधकाला प्रेरित करतात. सोन्यावरचा मळ साफ केला की त्याची चमक जाणवते, कारण मुळात ती असते. साधकाचे तसेच होते. त्याच्या विवेकावरचा मळ संपला की, मानवी जीवनाचे प्रयोजन परमात्म्याला जाणणे हे आहे, हे त्याच्या लक्षात येते. त्यासाठी साधना कशाशी केली पाहिजे, हेही संतसहवासातून उमगते.

'माणसाची ओळख तो ज्यांच्या सहवासात असतो, त्यांच्यावरून होते', अशा अर्थाचा एक वाक्प्रचार इंग्रजी भाषेत आहे. सभोवतीच्या लोकांमुळे स्वभाव घडतो वा बिघडतो. म्हणून अध्यात्ममार्गात संतसहवासावर भर दिला जातो. संतांच्या सहवासात राहिल्यामुळे अनेक बाबी कळतात. मनुष्य बघतो, विचार करतो, शिकतो आणि स्वत:ला घडवितो. संतांचा उपदेशही मौलिक असतो आणि त्यांच्या आचरणातून शिकण्यासारखेही खूप असते. ते इतरांशी जी चर्चा करतात, त्यातून आपल्याला बरेच कळते.

संतसमागमाचे महत्त्व श्रीगुरू अर्जुनदेवांनी खालील प्रकारे सांगितले आहे. गुरुजींचे हे पद गौड रागात गायिले जाते.

'जाके संगि इहु मन निरमलु । जाकै संगि हरि हरि सिमरनु ।
जा कै संगि किलविख होहि नास । जा कै संगि रिदै परगास ।।१।।
से संतन हरि के मेरे मीत । केवल नामु गाईऐ जा कै नीत ।।१।। रहाउ।।
जा कै मंत्रि हरि हरि मनि वसै । जा कै उपदेसि भरमु भउ नसै ।
जा कै कीरति निरमल सार । जा की रेनु बांछै संसार ।।२।।
कोटि पतित जा कै संगि उधार । एकु निरंकारु जा कै नाम अधार ।
सरब जीआं का जानै भेउ । क्रिपा निधान निरंजन देउ ।।३।।
पारब्रह्म जब भए क्रिपाल । तब भेटे गुरु साध दइआल ।
दिनु रेणि नानकु नाम धिआए । सूख सहज आनंद हरि नाए ।।४।।'

ज्यांच्या सहवासात मन निर्मळ होते, देवाचे स्मरण होते, मनातले सर्व किल्मिष नष्ट होते, हृदय प्रकाशित होते; असे परमेश्वराचे संत हे माझे मित्र आहेत. अशांची गुणगाथा नेहमी गायिली पाहिजे; ज्यांच्या उपदेशामुळे प्रभू मनात वसतो, मनातील भीती आणि भ्रम संपतो. ज्यांच्या कीर्तिगानाने ब्रह्मज्ञान होते, अशा संतांच्या चरणधुळीची अपेक्षा सर्वांना असते. कोटी-कोटी जीवांचा उद्धार संतांमुळे होतो. परमेश्वराच्या नावाचाच संतांना आधार असतो. ते सर्व जीवांचे अंत:करण जाणतात.

कृपानिधान असलेले संत हे निरंजन परमेश्वराचेच रूप असतात. आत्मज्ञ दयाळू संतांमुळेच जीव सदैव नामस्मरणात रमतो आणि सहजावस्थेत राहून सुखी व आनंदी होतो.

गंगेत स्नान केल्याने जसे शरीर स्वच्छ होते, तसे संतांच्या सहवासात मन स्वच्छ होते. मनात किती तऱ्हांची घाण असते याचा जर गांभीर्याने आपण कधी विचार केला, तर स्वत:चीच स्वत:ला घृणा वाटल्याशिवाय राहणार नाही. अनेक तरंग आपल्याही मनात उठत असतात. करू नये ते करावे वाटत असते. वृत्ती जितकी जास्त बहिर्मुख असते तितके मन जास्त मलिन होत असते. गढूळ पाण्यातील घाण ते पाणी तापवून वा फिल्टर करून दूर केली जाते. संतसहवासामुळे मनातील घाण पाणी जाणवते, ती दूर करायची इच्छा होते व तसे प्रयत्न घडतात. प.पू.श्री रामकृष्ण परमहंसांच्या एका शिष्याच्या जीवनातील एक प्रसंग आठवतो. हा शिष्य त्यांच्या परवानगीनेच दारू पिण्यापूर्वी त्यांना दारूचा नैवेद्य दाखवीत असे. एके दिवशी आपण किती वाईट काम करतो याची त्याला घृणा आली व त्याची दारू सुटली. संतसहवासात वृत्ती अंतर्मुख होते. मनाची आंदोलने शांत होतात. 'दिन रजनी हाच धंदा । गोविंदाचे पोवाडे ॥' हाच संतांचा उद्योग चाललेला असतो, त्यामुळे त्यांच्या सहवासात जाणाऱ्यांनाही नामजप करावा वाटतो; तर कधी ते जप करवून घेतात. परमेश्वराच्या गुणसंकीर्तनात संत रमलेले असतात, त्यामुळे सहवासातील लोकांनाही ईशस्मरण घडते.

माणसाच्या मनात अनेक शंका, संशय व विविध किल्मिषे असतात. संतांशी चर्चा केल्यामुळे ही जळमटे दूर होतात. संत हे ज्ञानाचे सागर असतात. अनुभवाच्या खाणी असतात. सामान्य अवस्थेतून सिद्धावस्थेपर्यंत त्यांनी वाटचाल केलेली असते. त्यामुळे आम्हाला येणाऱ्या शंका-संशय याची त्यांना कल्पना असते. आमच्या मनात असलेल्या किल्मिषांची, भ्रमांची त्यांना जाण असते. आमच्या स्तरावर असताना ते या अवस्थेतून गेलेले असतात आणि गेलेले नसले, तरी ते कल्पना करू शकतात. ग्रंथाध्ययनाने, चिंतनाने, सहवासातून त्यांनी विचारांचा जो संचय केलेला असतो, त्यामुळे आमचे शंकासमाधान ते सहज करू शकतात. आमच्या मनातील किल्मिषे सहज दूर करू शकतात. आमचे अज्ञानही ते दूर करतात. त्यांच्या ज्ञानप्रकाशाने आमचे चित्त उजळते.

गुरुजींनी संतांच्या संदर्भात वापरलेले एक विशेषण लक्षात ठेवण्यासारखे आहे. गुरुजी म्हणतात, 'से संतन हरि के ।' संत हे परमेश्वराचे असतात, अन्य कोणाचेही नसतात. आम्ही त्यांना आमचे समजतो, ते आमच्यावर प्रेम करतात

असेही आम्हाला वाटते. हे जरी खरे असले, तरी ते आमच्या प्रेमपाशात बांधले जाऊ शकत नसतात; कारण ते फक्त परमेश्वराचेच असतात. व्यावहारिक बाबींचा त्यांना लेप लागत नसतो. संत आमचे तारक असतात, उद्धारक असतात. त्यांना मित्र असे संबोधण्यामागे आम्हाला पतनातून तारण्याची त्यांची इच्छा व क्षमताच गुरुजींना अभिप्रेत आहे. मित्र या संबोधनामागे आणखी एक भाव दडला आहे. मित्राजवळ आपण आपले अंत:करण मोकळे करतो, तसे संतांजवळही त्यांच्या योग्यतेचे भान ठेवून आपण आपले अंत:करण मोकळे केले पाहिजे. त्यातच आपले हित सामावलेले असते. त्यांच्याशी मोकळेपणाने बोलण्यात कोणताही धोका नसतो, उलट आपल्याला मार्गदर्शन मिळते. आपल्या शंका दूर होतात व उन्नतीचा मार्ग गवसतो.

संतांच्या गुणसंकीर्तनामुळे या गुणांचा ध्यास निर्माण झाला, तर हे गुण आपल्यात विकसित होण्याची शक्यता असते. आदर्श गुणांची जाणीव झाल्यामुळे गुणविकासाची संभावना असते. संतांच्या गुणसंकीर्तनाचा आणखी एक फायदा आहे. या गुणसंकीर्तनाने परमेश्वराला आनंद होतो. भगवंताचा हा भाव ज्ञानेश्वरमहाराजांनी असा व्यक्त केला आहे : 'ते हि प्राणापरौते । मज आवडती निरुते । जे भक्त चरित्राते । प्रशंसिती ॥' भगवान श्रीकृष्णाला स्वत:च्या प्राणापेक्षाही अधिक संतचरित्राचे गायन करणारे आवडत असतील, तर हे गुणसंकीर्तन केलेच पाहिजे. संतांच्या उपदेशामुळे चित्तात प्रभू ठसतो. ज्ञात-अज्ञात कारणांमुळे मनातून बऱ्याचदा भीती वाटत असते. दुर्बलतेच्या जाणिवेपोटी, न्यूनगंडापोटी भीती वाटत असते. संतांच्या उपदेशामुळे ही भीती दूर होते. सत्याची जाणीव भयनाशक असते. उदा.– ज्याला आपण साप समजत असतो, ती दोरी आहे, हे जेव्हा कळते; तेव्हा भय संपते. परमेश्वर सर्व ब्रह्मांडाचा रक्षणकर्ता आहे, हा विश्वास संतसान्निध्यामुळे निर्माण झाला की, भीती संपतेच. हातून काही पाप घडले असले, तरी भीती वाटते. संतसहवासामुळे पाप करण्याची वृत्ती घटते. त्यामुळे या कारणासाठी तरी भविष्यात भीतीची संभावना संपते.

अनेक जीवांचा उद्धार संतांनी केला आहे. या बाबतीत ते परमेश्वराच्या पुढे आहेत. 'ये यथा माम् प्रपद्यन्ते । तां स्तथैव भजाम्यहम् ॥' हा भगवंताचा नियम आहे. ज्याची जेवढी योग्यता असेल, त्याला तेवढे मिळणे— हा देवाघरचा न्याय आहे. तर 'बुडती हे जन न देखवे डोळा । म्हणवोनी कळवळा येतसे ॥' ही संतांची धारणा असते. 'करी लाभाविण प्रीती ।' ही संतांची वृत्ती असते. 'संतांचे हृदय आईचे असते, त्यामुळे आम्हा पामरांची त्यांना अधिक दया येते.' म्हणून ज्याला कोणाला उद्धार व्हावा असे वाटते, त्याने संतांचा आश्रय स्वीकारावा.

ईश्वरीकृपा हेच संतांचे भांडवल असते. त्याचे नाव हाच संतांचा आधार असतो. संतांना हे श्रेष्ठत्व प्राप्त होते ते नामजपामुळे, भक्तीमुळे, त्यांनी केलेल्या समर्पणामुळे. संत हे दिसणारे देवच असतात. 'लिव्हिंग गॉड' असे त्यांना संबोधिले जाते, ते योग्यच आहे. गुरुजींनीही संतांचा उल्लेख **'क्रिपा निधान निरंजन देउ ।।'** असा केला आहे.

***

प्रकरण ७ वे

साधना

साधना ही आत्मज्ञानाची शिडी आहे. भक्तिमार्गात साधनेला कोणताही पर्याय उपलब्ध नाही. भक्तिमार्गात ज्याची त्यालाच वाटचाल करावी लागते. पैतृक संपत्तीसारखे वारसाहक्काने या मार्गात काही मिळत नसते. श्रीगुरू नानकदेवांनी 'जपुजी साहिब'मध्ये **'आपे बीजि आपे ही खाहु ।।'** असे म्हटले आहे. आपणच बी पेरायचे आणि त्याची फळेही आपणच खायची, हा सिद्धांत साधनेबाबत तंतोतंत खरा आहे. आपण काही केले, तरच आपल्याला काही मिळण्याची शक्यता असते.

साधना हा आत्मसाक्षात्काराच्या दिशेने नेणारा व्यक्तिमत्त्वाचा विकास असतो. व्यक्तिमत्त्वाच्या विकासाचा एक भाग अभिव्यक्ती हा आहे. लौकिकातदेखील रसाळ व न खुपेल अशी भाषा बोलणाऱ्यांचा प्रभाव पडतो. अभिव्यक्ती कशी असावी, याबद्दल शेख फरीदजी म्हणतात :

'इकु फिका ना गालाइ सभना मै सचा धणी ।
हिआउ न कैही ठाहि माणक सभ अमोलवे ।।'

सर्व जीवांत परमात्मा वसला आहे, म्हणून कोणाशीही बोलताना कटू वचन बोलू नये. महात्मा कबीरही 'घट घट में वह साई रमता । कटूक वचन मत बोल रे । तुझे राम मिलेगा ।।' असे म्हणतात. कबीर व शेख फरीदजींचे शब्द वेगळे आहेत, पण भाव तोच आहे. कटू बोलाने ऐकणारा दुखावला जातो. बाभळीचे बी पेरून आंब्याचे झाड येत नाही. आपण कटू बोलतो, तर ऐकणाराही आपल्याशी कटूच बोलेल. 'अरे'चा प्रतिसाद 'का रे' असाच असू शकतो. 'अहो'चा प्रतिसाद 'का हो' असा असू शकतो. म्हणून कटू बोलू नये.

कटू न बोलण्याचे कबीरांनी व शेख फरीदजींनी 'घट घट में वह साई रहता ।' हे कारण सांगितले आहे. कटू बोलायचे नाही, तर कसे बोलावे? याचे उत्तर ज्ञानेश्वरमहाराज देतात. ते म्हणतात, 'तैसे साच आणि मवाळ । मितळे आणि

रसाळ। बोल जैसे कल्लोळ। अमृताचे ।।' (१३-२६९)

महाभारतातही 'सत्यम् ब्रूयात् प्रियं ब्रूयात्। न ब्रूयात् सत्यमप्रियम् ।।' असा उपदेश आहे. गीतेतही 'अनुद्वेगकरं वाक्यं सत्यं प्रियं हितं च यत् ।।' असे वचन आहे. सत्य बोलावे, प्रिय बोलावे. ऐकणाऱ्याच्या हिताचे बोलावे. अप्रिय सत्य बोलू नये. साच आणि मवाळ हे 'सत्यम् ब्रूयात् प्रियं ब्रूयात्'च आहे. इतरांना दुखवून, क्लेश देऊन सत्य बोलण्याने आपण काय साध्य करतो? खुपणार नाही अशा मवाळ भाषेतही सत्य सांगता येतेच. मितले आणि रसाळ ही आणखी एक बाब ज्ञानेश्वरांनी सांगितली आहे. ऐकणाऱ्याला कंटाळा येईल असे पाल्हाळिक बोलू नये, बोलणे मुद्देसूद व थोडक्यात असावे. शुष्क वा नीरस अभिव्यक्ती श्रोत्यांना वा वाचकांना आवडत नाही. म्हणून 'थोडक्यात गोडी' हे सूत्र असले पाहिजे.

'जे तउ पिरीआ दी सिक हिआउ न ठाहे कहीदा ।।' असेही शेखसाहेब सांगतात, जे 'तुझे राम मिलेगा' या शब्दांत कबीरांनी सांगितले आहे. आत्मदर्शनाची अभिलाषा असणाऱ्याला आचरणातील दोष-त्रुटी दूर कराव्या लागतात. कुजके, खोचक बोलण्याची आवड हा आचरणातील दोष आहे. म्हणून फरीदजी म्हणतात— परमात्म्याच्या दर्शनाची आशा असेल, तर कधीही कोणालाही दुखावू नका. त्यांचा हा उपदेश ऐहिक व पारलौकिक कल्याणाचा आहे आणि आचरणात आणण्यासाठी कठीण नाही.

नामसाधना हा एक सुलभ व उत्तम मार्ग आहे, हे निर्विवाद सत्य आहे. 'नामसाधना' हाच गुरुवाणीचा केंद्रबिंदू आहे. तरीदेखील साधनेचे योगमार्गासारखे प्रकार गुरूंनी नाकारलेले नाहीत. आपल्या आवडीप्रमाणे साधना करता येण्यासाठीच साधनेचे विविध प्रकार अस्तित्वात आले आहेत. मार्गाचे मर्म समजून वाटचाल झाली, तर (मार्ग कोणताही असला तरी) साधक परमात्म्यापर्यंत (प्रभुकृपा असेल तर) पोहोचतोच. म्हणून आपण पत्करलेला मार्गच श्रेष्ठतम आहे व अन्य मार्ग निरर्थक आहेत, अशा भ्रमात कोणी राहू नये. नाममार्ग सोपा आहे, योगमार्ग त्या मानाने कठीण आहे. पण त्यामुळे योगमार्ग नको, अशी आग्रही भूमिका योग्य नाही. कदाचित याच उदात्त हेतूने ब्रह्मवादी वेणींच्या कवितेचा समावेश श्रीगुरू ग्रंथ साहिबमध्ये करण्यात आला असावा. महात्मा वेणींची तीन पदे गुरुवाणीत आहेत. योगमार्गाबाबतचे खालील पद नऊ कडव्यांचे आहे.

'इड़ा पिंगुला अउर सुखमना तीनि बसहि इक ठाई। बेणी संगमु तह पिरागु मनु मजनु करे तिथाई ।।१।। संतहु तहा निरंजन रामु है । गुरुगमि चीनै बिरला कोइ ।। तहां निरंजनु रमईआ होइ ।।२।।'

आम्हा सामान्यांना योगमार्गाची माहिती नसते. त्यामुळे याही मार्गाची थोडी माहिती असलेली बरी. ब्रह्मवादी वेणीजी म्हणतात : इडा, पिंगला आणि सुषुम्ना जेथे एकत्र येतात, ते (प्रयागसारखे) त्रिवेणी संगमाचे स्थान मानावे. या त्रिवेणीतच मनाने स्नान करावे. म्हणजे मनातील विविध प्रकारची घाण सोडून द्यावी. फार थोड्यांना गुरुकृपेने या संगमस्थानी आत्मदर्शन घडते. वेणीजी म्हणतात, या स्थानी अनाहत नादाचा नगारा वाजत असतो. हे स्थान इतके परिपूर्ण असते की— चंद्र-सूर्याचा प्रकाश, वारा, पाणी अशा कोणत्याही बाह्य घटकाची तिथे गरज नसते. आत्मज्ञानामुळे दुर्बुद्धी संपते. सहस्त्रदल चक्रातून स्त्रवणाऱ्या अमृताने जीवात्मा ओथंबलेला असतो. इडा, पिंगला, सुषुम्नेचा त्रिवेणी संगम जो योगसाधक जाणू शकतो, त्याला आत्मज्ञान होते. भ्रूमध्य हे त्रिवेणी संगमाचे स्थान आहे, असे मानले जाते.

याबद्दल अधिक माहिती असावी म्हणून ती देत आहे. 'शिवसंहिते'च्या द्वितीय पटलात मानवी शरीरातील मुख्य चौदा नाड्यांची नावे अशी दिली आहेत : सुषुम्ना, इडा, पिंगला, गांधारी, हस्तिजिह्व, कुहू, सरस्वती, पूषा, शंखिनी, पयस्विनी, वरुणा, अलंबुषा, विश्वोदरी व यशस्विनी. यांपैकी इडा नाडी मेरुदंडाच्या (पाठीच्या मणक्याच्या) डाव्या बाजूला असते, तर पिंगला उजवीकडे असते. मेरुदंडाच्या मूलकंदातून सुषुम्ना निघते व ती मेरुदंडातून ब्रह्मरंध्रापर्यंत जाते. दोन्ही नाकपुड्यांतून समप्रमाणात श्वास चालतो तेव्हा व एका नाकपुडीतून दुसऱ्या नाकपुडीत श्वास बदलताना सुषुम्ना कार्यरत असते. इडा नाडी मेरुदंडाच्या मूलकंदातून निघून डाव्या नाकपुडीत संपते. डाव्या नाकपुडीने जेव्हा श्वास चालतो, तेव्हा ती कार्यरत असते. पिंगला नाडी मूलकंदातून निघून उजव्या नाकपुडीत संपते. उजव्या नाकपुडीने श्वास चालताना ती कार्यरत असते.

ब्रह्मज्ञानी वेणीजी आणखी एक बाब सांगतात— **'दसम दुआरा अगम अपारा परम पुरख की घाटी । उपरि हाटु हाट परि आला आले भीतरि थाता ।।'** भ्रूमध्यात एक चक्र असते, ज्याला 'आज्ञाचक्र' असे म्हणतात. त्याला दशम द्वारही म्हटले जाते. हे दहावे द्वारच माणसाला अंतर्मुख करणारे असते. (दोन डोळे, दोन कान, दोन नाकपुड्या, मलमूत्र विसर्जन करणारी दोन इंद्रिये व तोंड ही नऊ द्वारे आहेत.) दशम द्वार अगम्य व अपार आहे आणि हेही परब्रह्माचे एक स्थान आहे. वेणीजींनी या पदात सांगितले नसले तरी, हृदयकोश हे आत्म्याचे निवासस्थान आहे, असे महानारायण उपनिषदात सांगितले आहे. साधकाच्या योग्यतेप्रमाणे व साधनेच्या स्वरूपाप्रमाणे आत्मदर्शन कोठे व्हायचे, हे बहुधा ठरत असावे.

योगसाधक स्वहितासाठी कायम जागृत असतो, तो मोहनिद्रेत झोपत नाही.

त्याच्यावर त्रिगुणमयी सृष्टीचा प्रभाव पडत नाही. तो बीजमंत्राचा जप करतो व आत्मदर्शनाच्या दिशेने वाटचाल करतो. त्याचा मनोनिग्रह पक्का असतो. इंद्रियनियंत्रण त्याने साध्य केलेले असते. त्याचे आचरण शुद्ध, सात्त्विक व सत्याधिष्ठित असते. स्वत:च्या गुरूंच्या उपदेशाप्रमाणे त्याची वाटचाल होत असते. योगसाधक ईशभक्तीत हरवलेला असतो. तो मानवतेची यथाशक्य सेवाही करतो. पत्करलेल्या मार्गाची माहिती तो इतरांनाही देतो. साधना करत आत्मज्ञान प्राप्त करून घेतो.

योगाभ्यास करणाऱ्यांनाही मनोनिग्रह, इंद्रियनियंत्रण, सत्याचरण आवश्यकच असते. साधनाप्रकार कोणताही असला तरी त्यात आपल्या उपयोगाचे काय आहे, याचा विचार केला पाहिजे. पदाच्या शेवटी आपल्यासाठी वेणीजी सांगतात, **'बेणी जाचै तेरा नामु ।।'** (प्रभू, तुझे नामस्मरण सदा घडावे, याचीच मी याचना करतो.) नामस्मरण अखंड होणे, हीदेखील सामान्य बाब नाही. वेदातही माझा अजपाजपा अखंड होवो, अशी प्रार्थना आहे. योगमार्ग खडतर आहे, सामान्यांना साध्य होणारा नाही, असे योगयोगेश्वर असलेले ज्ञानेश्वरमहाराज सांगतात. योगमार्ग हा दात नसलेल्याने चणे खाण्यासारखा कठीण प्रकार आहे, असेही त्यांनी सांगितले आहे. पुस्तके वाचून आचरण्याचा हा मार्ग नाही. नामसाधकांना योगमार्गाची माहिती असण्यात हानी काहीच नाही. तसेच हा मार्ग किती कठीण आहे हे कळाले की, आपल्या मार्गावरची निष्ठा अधिक वाढते.

गुरुवाणीतील 'सिद्ध गोसटि' या शीर्षकाच्या (रामकली रागात गायिला जाणाऱ्या) श्रीगुरू नानकदेवांच्या रचना साधकांसाठी फार उपयुक्त आहेत. सिद्ध गोष्टी या प्रकरणात श्रीगुरू नानकदेवांचा सिद्धांशी झालेला संवाद आहे. श्रीगुरुदेव जेव्हा भ्रमण करत होते, तेव्हा अचलबटाला किंवा गोरखहाट येथे त्यांची काही सिद्धांशी भेट झाली. या सिद्धांशी झालेली प्रश्नोत्तरे श्रीगुरुदेवांनी शब्दांकित केली आहेत, जी आपल्या उपयोगाची आहेत.

चरपटनाथांच्या 'संसारसागर तरणे फार कठीण आहे; तो कसा तरावा?' या प्रश्नाला गुरुदेवांनी दिलेले उत्तर असे आहे : **'जैसे जल महि कमलु निरालमु मुरगाई नैसाणे । सुरति सबदि भवसागरु तरीऐ नानक नामु वखाणे ।।'** कमळाचे फूल पाण्यात राहूनही जसे कोरडे असते, पाणकोंबडीचे पंख पोहतानाही जसे कोरडे असतात; तसे साधकाने प्रपंचात निर्लेप असावे. साधकाच्या डोक्यात कायमच प्रपंच असू नये. त्याचे मन, बुद्धी व अंत:करणात परमात्माच कायमचा असला पाहिजे. आसक्ती सोडून कर्तव्यभावनेने साधकाने प्रपंच करावा. सद्गुरूंच्या उपदेशाप्रमाणे वागून परमात्म्याशी एकाग्रता साधली, तरच भवसागर तरणे शक्य

आहे. सत्याचरण असले, नामजपात एकाग्रता साधली, तर मनाची चंचलता संपते, षड्‌विकार हळूहळू कमी होतात व आत्मदर्शन होऊ शकते. आरंभाच्या काळात साधना ही मन शुद्ध करण्याची प्रक्रिया असते. मनाची मळण्याची क्षमता शरीरापेक्षा खूप जास्त आहे. त्यामुळे त्याला वारंवार स्वच्छ करावे लागते. **'सतु संतोखु संजमु है नालि । नानक गुरुमुखि नामु समालि ।।'** सत्य, समाधान आणि संयम चित्तात बाळगून नामात रमणे, हाच आत्मज्ञानाचा सुलभ मार्ग आहे.

कुबुद्धीच्या बंधनात व मायारूपी सर्पिणीच्या विळख्यात जीव अडकल्याने त्याला अध:पतन करणारा मार्ग आवडतो. पण श्रद्धेने, एकनिष्ठेने, निश्चयाने त्याने गुरूपदेशाप्रमाणे वाटचाल केली, तर त्याच्या अज्ञानाचा अंधाकर दूर होईल. अहंकार सोडला (षड्‌विकारांचा त्याग केला), मन निर्विषय व अंतर्मुख केले; तर साधक परमात्म्याशी एकरूपता साधू शकतो.

साधकाची एक अवस्था श्रीगुरुदेवांनी फारच नेटकेपणाने मांडली आहे. ते म्हणतात— **'अंतरि सुंनं बाहरि सुंनं त्रिभवण सुंनमसुंन । चउथे सुंनै जो नरु जाणैता कउ पापु न पुंनं । घट घटि सुंन का जाणै भेउ । आदि पुरखु निरंजन देउ । जो जनु नाम निरंजन राता । नानक सोई पुरखु बिधाता ।।'**

वरील ओळी वाचताना ज्ञानेश्वरीतील 'किंबहुना सोये । जीव आत्मयाची होये । तेथ जे आहे । तया नाम सुख ॥' ही ओळ आठवली. जीवात्म्याचे परमात्म्याशी जेव्हा मीलन होते, तो सर्वोच्च आध्यात्मिक सुखाचा क्षण असतो. श्रीगुरू नानकदेवांनी **'ततो ततु मिलै मनु मानै ।।'** या श ब्दांत ज्ञानेश्वरमहाराजांचा भाव व्यक्त केला आहे. जीव-शिवाच्या मीलनाने सुखाची प्राप्ती होते, असे ज्ञानेश्वरमहाराजांनी म्हटले आहे. तर **'मनु मानै ।'** म्हणजे तेथे मन स्थिर होते, असे गुरुदेव म्हणतात. जीव-शिवाचे मीलन झाल्यावर मनाचे मनपणच शिल्लक उरत नाही, त्यामुळे सुख लाभते. श्रीगुरुदेव म्हणतात— अशी एक अवस्था येते, जेव्हा साधक हे अनुभवतो की त्याचे शरीर व त्रिभुवन त्या परमात्म्यानेच व्यापले आहे. तुर्यावस्थेला पोहोचलेला साधक पाप-पुण्याच्या बंधनातून मुक्त होतो. स्वत:त व सर्व प्राणिमात्रांत परमात्म्याची अनुभूती होणे, हा एक दिव्य क्षण असतो. त्या आदिपुरुष निरंजनाला जाणल्यानंतरही त्याच्या नामात रमणारे स्वत:च **'पुरुखु बिधाता'** होतात. कारण ते परमतत्त्वाशी एकरूप झालेले असतात. आत्मज्ञांसाठी ज्ञातव्य, प्राप्तव्य, गंतव्य असे काहीच उरत नाही.

श्रीगुरुदेव म्हणतात, **'साचु वखरू धनु पलै होइ । आपि तरै तारे भी सोइ ।।'** ज्याने सत्यनिष्ठेचे व शुद्धाचरणाचे धन सांभाळले आहे, तो स्वत:ही

मुक्त होतो व इतरांनाही मुक्त करू शकतो. सिद्ध पूर्णब्रह्मात सदैव लीन असतो. त्याची अवस्था **'जह देखा तह रहिआ समाइ ।।'** अशी असते. तो जे-जे बघेल, त्यात त्याला परमात्म्याचेच दर्शन घडते. ही अवस्था **'नदरि करे सबदु घट महि वसै विचहु भरमु गवाए । तनु मनु निरमलु निरमल बाणी नामो मंनि वसाए । सबदि गुरू भवसागरू तरीऐ इत उत एको जाणे ।।'** अशी असते. परमात्म्याच्या कृपेशिवाय आत्मज्ञान होत नाही. त्याची कृपा असली, सद्गुरूंच्या मार्गदर्शनाप्रमाणे वाटचाल घडली; तर मनातले सर्व भ्रम ओसरतात, शरीर व मन निर्मळ बनते. नामजपामुळे वाणीही निर्मळ होते. सद्गुरू, नाम व परमात्मा यांचे ऐक्य ज्याला जाणवते, तोच स्वत: भवसागर तरतो व इतरांनाही तारू शकतो. योग्यांना जे योगसाधनेद्वारे गवसते, तपस्व्यांना जे तपसाधनेमुळे प्राप्त होते; तेच नामसाधकालाही सहज प्राप्त होते.

'सिद्ध गोष्टी'ची समाप्ती करताना श्रीगुरुदेव सांगतात :

'अबिनासी प्रभि खेलु रचाइआ गुरमुखि सोझी होई ।
नानक सभि जुग आपे वरतै दूजा अवरु न कोई ।।'

अविनाशी परमात्म्याने जगत्‌रूपी खेळ मांडला आहे, ज्यातील यथार्थता केवळ गुरूंच्या मार्गदर्शनानेच कळू शकते. सर्व ब्रह्मांडाला त्यानेच व्यापले आहे, त्याच्याशिवाय ब्रह्मांडात अन्य कोणी नाही. ह्या 'सिद्ध गोष्टी' आपल्यासाठी मार्गदर्शनाची एक खाण आहे.

साधकाला परिपूर्ण मार्गदर्शन करण्यास ग्रंथ समर्थ असतो, याची प्रचीती गुरुवाणी वाचताना येते. नास्तिकांनाही गुरुवाणीतील बोधाचा उपयोग होतो. 'परस्त्री-परधन यांची अभिलाषा सोडा, परनिंदेत रमू नका, इतरांना बोचेल अशी भाषा बोलू नका, परोपकार करा, अंत:करण शुद्ध ठेवा, अहंकार सोडा' —हा गुरुवाणीतील उपदेश व्यावहारिक हिताचा आहे. हे सर्व करणे, ही साधनाच आहे. देव मानणाऱ्यांचेही या उपदेशाच्या अंमलबजावणीने भलेच होईल. साधकांच्या दृष्टीने तर हा बोध अमृतमयच आहे. निर्गुणाच्या उपासकांना हा उपदेश जसा हिताचा आहे, तसाच तो सगुणोपासकांनाही हिताचाच आहे. गंगा पाण्याने तुडुंब भरलेली असली, तरी आपली तहान ओंजळभर पाण्यानेच भागत असते. त्यामुळे गंगेतील आपल्याला पाहिजे तेवढे पाणी घेता आले की, काम भागते. निर्गुण-सगुण हा भेद परमात्म्याच्या स्वरूपाबद्दलचा आहे. स्वरूप कोणतेही मानले, तरी चित्त शुद्ध करण्याच्या पद्धतीत अभिन्नताच असते.

गुरुवाणीतील कबीरांच्या एका वचनाचा भावार्थ असा आहे : ''स्वप्नात जरी

एखादा 'राम राम' असे बडबडला, तरी त्याच्या पायात माझ्या कातडीचे पायताण घाला.' ही भाषा, भाषेमागचा भाव काळजाचा ठाव घेणारा आहे.

शेख भीखन या सूफी फकिराचे नाममाहात्म्य सांगणारे एक पद गुरुवाणीत आहे. ते म्हणतात : **'हरि का नामु अंमृत जलु निरमल इहु अउखधु जागि सारा । गुर परसादी कहै जणु भीखनु पावहु मोख दुआरा ।।'** सोरठी रागात हे पद गायिले जाते. देवाचे नाव हे शुद्ध अमृत आहे, त्यामुळे ते सर्व आजारांवरचे सर्वोत्तम औषध आहे. गुरुकृपेने नाम जपत मोक्षाचे द्वार गाठता येते. परमात्मा आणि त्याचे नाव यात अभिन्नता आहे. तो त्याच्या नावात वसलेला आहे. त्याचे नामही त्याच्याइतकेच शुद्ध आहे, पावन करणारे आहे. परमात्मा भवरोगातून तारतो, मनोरोगातून का तारणार नाही? त्याचे नाम सर्व आजारांवरचे औषध आहे. 'सरब रोग का अउखदु नाम ।।' असे श्रीगुरू अर्जुनदेवांनीही म्हटले आहे.

नामजपाचे महत्त्व शीख गुरूंनी केवळ इतरांना सांगितले नाही; त्यांच्या मनात नामजपाचे महत्त्व किती होते, हे एका प्रसंगातून लक्षात येते. शिखांचे पाचवे गुरू श्री अर्जुनदेवजी यांना जहांगीर बादशहाने कैदेत ठेवले होते. मोठ्या क्रूर पद्धतीने त्यांची हत्या करण्यात आली. तापलेल्या तव्यावर त्यांना बसविले होते. गरम वाळू त्याच्या अंगावर टाकली गेली. देह सोडण्यापूर्वी ते म्हणाले, **'तेरा कीया मीठा लागे । हर नाम पदारथ नानक मांगे ।।'** देह सोडताना 'देवा, तुझी कृती गोड वाटते' असे शब्द जिभेवर येण्यासाठी फार मोठी योग्यता अंगी असावी लागते. शरीराचा दाह होत असताना 'हे देवा! तुझ्या नावाची मी याचना करतो आहे' असे म्हणणे, ही काळीज हेलावणारी कृती शब्दांपेक्षाही अधिक बोलकी आहे. गुरूंनी, संतांनी इतक्यांदा, इतक्या विविध स्वरूपांत नाममाहात्म्य सांगण्यामागे सर्वांना ते कळावे, हीच तळमळ आहे. प्रत्येकाची बुद्धी, आकलनक्षमता, अभिरुची वेगवेगळी असते. सर्वांची सोय व्हावी, हाच नाममाहात्म्याच्या पुनरुक्तीमागचा उद्देश असावा. नामाचे एक वैशिष्ट्य आहे— नामात सगुण-निर्गुण, साकार-निराकार, क्षर-अक्षर अभिन्न असतात. एकरूप असतात. त्यामुळे नामजपावर भर दिला जातो. नामजपासंदर्भात खालील दोन वचने लक्षात असावीत : 'राम नाम सबकोई कहै, ठक ठाकुर और चोर । जिस रामनामसे प्रल्हाद, बिभीषण तरे, वह रामनाम कुछ और ।।' 'कुछ और'चा अर्थ नामजपातील एकाग्रता, नामाबद्दलचा विश्वास व जपामागे असणारी तळमळ (आम्हा सामान्यांपेक्षा) वेगळी असते, हा आहे. परा, पश्यंती, मध्यमा आणि वैखरी हे वाणीचे चार प्रकार आहेत. आम्ही वैखरीने नाम जपतो, पण संतांचा जप परा वाणीने होतो. हिंदी भाषक संत 'जाप को अंदर उतारो' असे म्हणतात, त्याचा अर्थ, 'वैखरीकडून परापर्यंत जा'

हा असतो. उत्कटता हा परमात्म्याचा पत्ता आहे. उत्कटता असली, भाव सच्चा असला की, तो प्रकट होतोच. दुसरे वचन आहे— 'माला तो करमे फिरे । जिव्हा मुखमाही । मनुवा दस दिस फिरै । यह सिमरन नाही ।।' हे लक्षात ठेवून नामजप झाला, तरच तो फलद्रूप होतो; नुसत्या पोपटपंचीला अर्थ नसतो...

तीर्थयात्रा, यज्ञयाग, पारायणे, दान, योग-साधना असे काही दिव्य-भव्य केले; तरच साधना सफल होईल, असाही एक भ्रम असतो. नामसाधना फारच साधी आहे, बिनखर्चाची आहे; जागा, वेळ, साधने अशी कशाचीही गरज नसलेली आहे. त्यामुळे नामसाधनेचे महत्त्व लक्षात येत नाही, पटत नाही. मानवी स्वभावाचे हे वैशिष्ट्य गुरूंना ज्ञात होते, म्हणून त्यांनी ही साधना पुन: पुन्हा सांगितली आहे.

साधकाचे मन निर्मळ झाल्याशिवाय आत्मदर्शन होत नसते. दंभ, कपट असेही मळ मनात असतात. बाह्य वेष चांगला ठेवला व अंत:करण मलिन असले, तर काही उपयोग नसतो. कारण देव बाह्य वेषाला भुलत नाही. 'ऊस डोंगा परी रस नोहे डोंगा', असे असले तरी चालते. म्हणजे अंत:करण स्वच्छ असले व बाह्य वेष साधा असला तरी बिघडत नाही. तुकाराममहाराज म्हणतात, 'अंतरी निर्मळ । वाचेचा रसाळ । त्याचे गळा माळ । असो नसो ।।' अंत:करण शुद्ध असण्याच्या संदर्भात श्रीगुरू अमरदास म्हणतात, **'बहु भेख करि भरमाईए मनि हिरदै कपटु कमाइ । हरि का महलु न पावई मरि विसटा माहि समाइ ।।'** बाह्य वेष खूप चांगला असला व अंत:करणात कपट असले, तर परमात्मा पावत नाही. कपटी माणसाला जन्म-मृत्यूच्या चक्रात अडकावे लागते. आणखी एका पदात गुरुजी म्हणतात, **'जिन गुरमुखि हिरदा सुधु है सेव पई तिन थाइ ।।'** ज्याचे अंत:करण शुद्ध आहे, पवित्र आहे; त्यांचीच भक्ती सफल होते. परमात्मा स्वत: परम शुद्ध, निर्मल, पवित्र आहे. अशुद्धता, अपवित्रता त्याला कशी रुचेल? मन, बुद्धी शुद्ध करण्याच्या क्रियेलाच भक्ती म्हणतात. मन-बुद्धी शुद्ध झाली, तरच आत्मदर्शन होऊ शकते. दंभ-कपटाला अध्यात्मात स्थान नाही.

मन निर्मळ करण्याचा मार्गही गुरुजी एका पदात असा सांगतात : **'साचे मैलु न लागई मनु निरमलु हरि धिआन ।'** मनातील कपट, दंभ हे अयोग्याचरण आहे. याउलट मनात जसे भाव असतील तसेच वागणे, ही सत्याची उपासनाच आहे. गुरुजी म्हणतात, 'साचे मैलु न लागई ।' सत्याला मळ लागत नाही. या संदर्भात तुकाराममहाराजांचेही एक वचन आठवते. 'आहे तैसा दावी । तरी का देव दूर आहे?।।' सत्याचरण हा आध्यात्मिकतेचा पाया आहे. व्यवहार सुखाचा, शांतीचा, समाधानाचा होण्यासाठी सत्याचरण आवश्यक असते. सत्याचरणी निर्मळ असतो.

पण सर्वच निर्मळ माणसे सत्याचरणी असतीलच, असे नाही. अंत:करणातील विविध प्रकारचे मळ दूर करण्याचा मार्गही **'मनु निरमलु हरि धिआन ।।'** असा आहे. परमेश्वराचे ध्यान करणे हा मन निर्मळ करण्याचा मार्ग आहे. भगवंताचे सतत चिंतन करण्याने वा नामजप करण्याने मनातील मळ संपतात.

गुरुजी एका पदात म्हणतात— **'गुणवंती सचु पाइआ त्रिसना तजि विकार ।।'** तृष्णा हा खरोखरच फार मोठा, नेहमी वाढणारा, कधीही न संपणारा विकार आहे. सत्ता, संपत्ती, स्त्री, कीर्ती अशा विविध बाबींची तृष्णा मनात निर्माण होत असते. तृष्णा 'अमरवेली'सारख्या असतात. या वेलीचा एखादा छोटा तुकडा जरी एखाद्या झाडावर टाकला तरी ही वेल बहरते व झाड मरते. माणसाला नैतिक दृष्ट्या, आध्यात्मिक दृष्ट्या तृष्णा संपवितात. तृष्णा हरळीसारख्या आहेत. वरवर खुडल्या, तरी मूळ आत कायमच रहते, त्यामुळे पुन्हा अंकुर फुटतोच. म्हणून सत्यदर्शनाची इच्छा असणाऱ्यांना **'त्रिसना तजि विकार ।'** हाच एकमेव मार्ग असतो. हे विकार वा मळ दूर केले नाहीत, तर त्याच्या परिणामाबाबत गुरुजी सांगतात, **'मनमुख मैले मैले मुए जासनि पति गवाइ ।।'** अंत:करणातील हे विकार प्रयत्नपूर्वक-निर्धारपूर्वक दूर केले नाहीत, तर ते जन्मभर मनातच राहतात. तसेच मरतानाही माणसाच्या मनात हेच विकार शिल्लक असतात. त्यामुळे असा मनुष्य ईशदर्शनास अपात्र ठरतो. हा मळ दूर करण्याचा एकमेव मार्ग **'गुर परसादी मनि वसै मलु हउमै जाइ समाइ ।।'** हाच आहे. गुरूला शरण जाऊन त्यांच्या उपदेशाप्रमाणे वागण्यानेच अंत:करणातील अहंकारादी सर्व घाण लयाला जाते. गुरूला शरण जाणे, गुरूच्या उपदेशाप्रमाणे वागणे सर्वच धर्मांत अभिप्रेत असते. शीख धर्म तर 'गुरू-शिष्य' धर्म आहे. त्यात या विचारांची पुनरावृत्ती होणे स्वाभाविकच आहे. गुरुजी सांगतात, **'गुरमती सुखु पाईऐ सचु नामु उरधारी ।।'** गुरूंच्या उपदेशाप्रमाणे वागणे, हीच सुखाची साधना आहे. प्रभूचे नाम उद्धारक आहे, त्यातच मन रमले पाहिजे. गुरुजी म्हणतात, **'मनि रते जिव्हा रती हरिगुण सचे गाउ । नानक नामु न विसरै सचे माहि समाउ ।।'** मन, जीभ रत असणे याचा अर्थ ईशस्मरणात कायम बुडालेली असणे, हा आहे. पूर्वी तान्हुले पाळण्यात ठेवून स्त्रिया पाणी आणण्यासाठी नदीवर जात. नदीवर जाता-येताना त्यांच्या डोक्यावर घट असे, मैत्रिणींशी गप्पाही होत; पण त्यांचे मन सानुल्यात अडकलेले असे. तसे इंद्रिये विविध कामे करत असली, तरी मन ईश्वरचरणी ठेवता येते व उच्चारणही न करता देवाचे नाम जपता येते. गुरुजी सांगतात— ज्याला नामाचे विस्मरण होत नाही, तो परमपदी विलीन होतो. अंत:करणातले मळ संपण्यासाठी किंवा रामनामी रसना रंगण्यासाठी

देवाचीच प्रार्थना करावी लागते. ही प्रार्थना जितक्या आर्ततेने होईल, तितके हे काम सुलभ होईल.

साधक नामजप करतो, पण त्याच्या चित्तातील काम-क्रोधाचे थैमान कमी झालेले नसते. उपभोगातही तो रमतो. केव्हा तरी त्याला वाटते की, आपण नामजप करतो, तरीही आपले षड्विकार कमी झाले नाहीत. या अवस्थेतील साधकाला 'मुखी नाम हाती मोक्ष । ऐसी साक्ष बहुतांची ॥' अशा वचनांवर अविश्वास वाटायला लागतो. नामजपाचे खूप फायदे संत सांगतात; पण आपल्या पदरी तर काहीच पडले नाही, अशी खंत त्याला वाटायला लागते. साधकाची ही अवस्था सधनाजींनी व्यक्त केली आहे. गुरुवाणीत ज्यांचा उल्लेख सधनाजी असा आहे, ते संत सजन कसाई आहेत. बिलावल रागात त्यांचे पुढील पद गायिले जाते. **'तव गुन कहा जगत गुरा जउ करमु न नासै । सिंघ सरन कत जाइऐ जउ जंबुक ग्रासै ।।'** साधक देवाला म्हणतो, 'हे प्रभो, माझ्या दुष्कर्मांचा अंत होत नसेल, तर तुझे सामर्थ्य काय उपयोगाचे? षड्विकाररूपी अस्वलेच जर माझ्या नरडीचा घोट घेत असतील, तर सिंह असलेल्या तुला मी शरण तरी केव्हा येऊ शकणार अन शरण येऊन उपयोग तरी काय?' भक्तीत थोडी प्रगती झाली की, माणसाला चित्तातील षड्विकारांचा तिटकारा येऊ लागतो. षड्विकार सहजासहजी संपत नाहीत, ते साधकाला छळतात. त्यामुळे भक्त देवाशी भांडतो. 'ही भूते केव्हा संपविणार आहेस?' असेही विचारतो. हा भाव वरील पदात आहे.

साधक आपल्या मनाच्या पातळीवर देवाशी बोलतो, प्रार्थना करतो, हट्ट करतो, रागावतो, रुसतो. हे सगळे प्रेमाचेच आविष्कार असतात. मूल भांडले तरी आई नाराज होत नाही. भक्त देवाला म्हणतो, 'मी षड्विकारांनी होरपळतो आहे; तुझ्या कृपेचा वर्षाव व्हायचा केव्हा व मी सुखी व्हायचे केव्हा?' भक्तांचा हा भाव सधनाजींनी असा मांडला आहे : **'एक बूंद जल कारने चात्रिक दुखु पावै । प्रान गए सागरू मिलै फुनि कामि न आवै ।'** स्वाती नक्षत्रात पडणाऱ्या पावसाच्या एका थेंबासाठी चातक झुरत असतो. प्रतीक्षा करताना मृत्यू आला, तर मृत्यूनंतर सागर मिळाला तरी काय उपयोगाचा?

'षड्विकारांशी लढण्यातच संपलो, तर देवाच्या कृपेची महती केव्हा अनुभवणार? विकारांशी झगडण्यातच थकतो आहे. माझे चित्त अशांत झाले आहे. मी बुडाल्यावर तू माझ्या मृतदेहाला नौकेत ठेवलेस तरी त्याचा काय उपयोग?' असे भक्ताला वाटते. या अवस्थेतील साधक परमेश्वराला कशी प्रार्थना करेल, हे सधनाजींनी असे सांगितले आहे : **'मै नाही कछु हउ नही किछु आहि न मोरा । अउसर लजा**

राखि लेहु सधना जनु तोरा ।।' देवा, माझे उल्लेखण्यासारखे अस्तित्वच नाही. या जगात माझे काही नव्हते व आजही काही नाही. जमेल तेव्हा माझी लाज तू राख. या विकारांच्या जंजाळातून मुक्त कर व तुझ्या चरणी येऊ दे, हीच माझी प्रार्थना आहे. आर्त भावाने प्रार्थना केली तर तो भक्ताची उपेक्षा करत नाही. परमेश्वर परीक्षा बघतो, पण सांभाळही करतो.

पूजेची एक सुंदर कल्पना श्रीगुरू नानकदेवांनी खालील पदात मांडली आहे. हे पद आसावरी रागात गायले जाते.

'तेरा नामु करी चनणाठीआ जे मनु उरसा होई । करणी कुंग जे रलै घट अंतरि पूजा होइ ।।१।। पूजा कीजै नामु धिआईऐ बिनु नावै पूज न होइ ।।२।। पसू मिलहि चंगिआईआ खड़ु खावहि अंम्रितु देहि । नाम विहूणे आदमी ध्रिगु जीवण करम करेहि ।।३।। नेडा है दूरि न जाणिअहु नित सारे संम्हाले । जो देवे सो खावणा कहु नानक साचा हे ।।४।।'

मनरूपी दगडावर देवाच्या नामाचे चंदन उगाळले व त्यात सत्कर्मांचे केशर मिळविले, तर पूजा मनातच होते. आपोआपच होते. नामजपानेच खरी पूजा होते. नामजपाविना पूजा-अर्चा होत नाही. देवाला स्नान घालण्यापेक्षा मनाला अंघोळ घातली, तर मनातील मळ दूर होईल. जीवात्म्याच्या प्रक्षालनाने मोक्षाचा रस्ता मोकळा होतो. नामविहीन माणसापेक्षा पशू चांगले आहेत, जे गवत खाऊन अमृतासमान दूध देतात. नामविहीन माणसाचे जगणे व कर्म करणे धिक्कार करण्यायोग्य आहे. प्रभू खूप जवळ आहे. त्याला दूर समजू नका. परमात्माच सर्वांचे पोषण करतो. त्याच्या कृपेने जे मिळते, त्यात समाधान माना. परमात्मा सत्य स्वरूप आहे, असे गुरुजींनी सांगितले आहे.

'उपचारांचे अवडंबर म्हणजे पूजा' अशी काही जणांची धारणा असते. श्रीगुरू नानकदेवांनी मानसपूजेचा एक सुंदर प्रकार सांगितला आहे. गुरुदेवांनी मनाला 'दगडा'ची उपमा दिली आहे. उपदेशाचा परिणाम मनावर चटकन होत नाही, म्हणून ते मनाला दगड म्हणाले असावेत. नामाचे चंदन उगाळणे म्हणजे नाम पुन: पुन्हा जपणे. भक्ती ही निष्क्रियता नाही हेही कळावे, म्हणून सत्कर्माचे केशर नामरूपी चंदनात मिळवावे, असे गुरुदेवांनी सांगितले आहे. कर्म हा शब्द वापरला असता, तर स्वैराचारी-स्वार्थी माणसांनी कर्माचा अर्थ सोईस्करपणे केला असता. भक्तीची वेल सत्कर्माच्याच आश्रयाने बहरते. तेच कर्म सत्कर्म ठरते, जे स्व-पर हितकारक असते. ज्या कर्माने कोणाचीही हानी होत नाही, तेच सत्कर्म असते. व्यक्ती, समाज, देश, मानवता यांचे कल्याण करणारे कर्म हे सत्कर्म असते.

'पूजा कीजै नामु धिआईऐ बिनु नामै पूजा न होइ' ।। हाही मोलाचा विचार आहे. देवाच्या नामाचे ध्यान करा; जप करा; हीच पूजा आहे. आपण करतो त्या पूजेत नामजप नसेल तर ती पूजाच नाही, असेही गुरुदेव म्हणतात. यातून नामजपाबद्दलची त्यांची आग्रही भूमिका स्पष्ट होते. देवाला स्नान घालण्यापेक्षा मनाला स्नान घाला, ही आणखी एक मर्माची बाब गुरुदेवांनी सांगितली आहे. शरीराला स्नान घालणे आपण समजू शकतो, पण मनाला पाण्यात कसे बुचकळता येईल? मनाला स्नान कसे घालावे, हे 'जपुजी साहिब'मध्ये गुरुदेवांनी असे सांगितले आहे : **'भरीऐ मति पापा कै संगि । ओहु धोपै नावै कै रंगि ।।'** कुवासनेच्या पातकाने मन-बुद्धी मलिन होते, ती नामरूपी जलात स्वच्छ करता येते. संकल्प-विकल्प करण्याच्या वृत्तीला मन म्हटले जाते. संकल्प-विकल्पांचे आवेग शांत करणे, हेही मन निर्मळ करणेच असते. सतत कशात तरी रमणे, ही मनाची आवड असते. गुरुजी सांगतात, कुवासनांत रमण्यापेक्षा रामात रमावे. एका म्यानात दोन तलवारी राहू शकत नसतात. मनात राम जर पक्का ठसला, तर विषयांना जागाच उरत नाही. म्हणून नामाने मन भरा, असे गुरुदेव सांगतात.

नाम न जपणाऱ्याला संत-गुरू शिव्या देतात. तुकाराममहाराजांनी तर याबाबत परिसीमा गाठली आहे. ते म्हणतात, 'नाम न घे ज्याची वाचा । तो लेक दो बापांचा ।।' महाराजांनी असेही म्हटले आहे. 'नाम न घे ज्याची वाचा । तो खर दो पायांचा ।।' गुरुदेवही नाम न जपणाऱ्यापेक्षा पशू बरा, असे म्हणतात. **'पसू मिलहि चंगिआईआ खडु खावहि अंम्रित देहि ।।'** नाम न जपणाऱ्यापेक्षा चारा खाऊन अमृतासमान दूध देणारे पशू चांगले, असे सांगून त्यांनी आम्हाला जागे करण्याचा प्रयत्न केला आहे. टोचून बोलल्याशिवाय आम्हाला जागच येत नाही, कळतच नाही; त्यामुळे गुरुदेवांचा नाइलाज झाला असावा. 'नामजपाशिवाय जगणाऱ्याचा व कर्म करणाऱ्याचा धिक्कार केला पाहिजे', या शब्दांत गुरुदेवांनी नामजप न करणाऱ्याबद्दलची चीड व्यक्त केली आहे.

'सदा सर्वदा देव सन्निध आहे' असे समर्थ रामदासस्वामी म्हणतात; तर **'नेडा है दूरि न जाणिअहु नित सारे संम्हाले ।'** असे गुरुदेव म्हणतात. **'नित सारे संम्हाले'**चा अर्थ ब्रह्मांडातील सर्वांचे पोषण करतो, हा आहे. परमात्मा विश्वंभर आहे. आमच्या उदरभरणाची तोच काळजी घेतो. आम्ही अज्ञानी जीव स्वकष्टार्जित खातो, असे अहंकाराने म्हणतो; पण ते खरे नसते. आमच्या प्रारब्धात त्याने लिहिलेले नसेल, तर समोरच्या ताटातले अन्नही आम्ही खाऊ शकत नाही. समर्थ रामदास म्हणूनच सांगतात, 'आम्ही काय कुणाचे खातो । तो राम आम्हा देतो ।।'

'संम्हाले'चा आणखी एक अर्थ 'रक्षग करतो' असाही आहे. त्याचे सुरक्षाकवच आमच्याभोवती आहे म्हणून आम्ही सुरक्षित आहोत. आमचा पोशिंदा परमात्मा आहे, त्यामुळे **'जो देवे सो खावणा ।'** अशी आमची वृत्ती असली पाहिजे, असे गुरुदेव सांगतात. **'जो देवे सो खावणा ।'**मध्ये अधिकाची अपेक्षा करू नका, असाही अर्थ अभिप्रेत आहे. हा विचार उपनिषदातही वेगळ्या भाषेत येतो. ईशावास्योपनिषदाच्या पहिल्या मंत्रात 'तेन त्यक्तेन भुंजीथाः । मा गृधः कस्यस्विद् धनम् ॥' असे म्हटले आहे. या मंत्रात उपभोगाचे साधन या व्यापक अर्थाने धन हा शब्द वापरला आहे. त्याच्या कृपेने यथाप्राप्य जे मिळाले आहे, त्याचा त्यागपूर्वक उपभोग घ्या. त्यातच समाधान माना. अधिकाची हाव ही गिधाडीवृत्ती बाळगू नका. धन कोणाचे आहे? परमात्म्याचे आहे, असा या मंत्राचा विस्तृत अर्थ **'जो देवे सो खावणा'**मध्ये आला आहे. परामात्मा सत्य स्वरूप आहे, हे सांगायला गुरुदेव विसरत नाहीत. पूजा कशी करावी, हे जसे गुरुदेवांनी सांगितले आहे, तसेच नामजपाचे महत्त्वही त्यांनी सांगितले आहे.

परमेश्वराशी मनाने एकरूप झालेले भक्त जेव्हा त्याच्याशी काही बोलतात, तेव्हा भक्तांचे निवेदन फारच हृद्य असते. निष्पाप-अजाण बालक त्याच्या आईशी ज्या लडिवाळपणे बोलते, तितक्याच लडिवाळपणे भक्त ईश्वराशी बोलतात. निष्पाप भक्ताचे शब्द त्याच्या हृदयातील प्रेमामृतात ओथंबलेले असतात. आपले काही तरी चुकले आहे व देवाने आपल्याला क्षमा करावी, असे भक्ताला केव्हा तरी वाटते. कबीरजींनी भक्ताची ही भावावस्था खालील शब्दांत वर्णिली आहे, जी आसावरी रागात गायिली जाते.

'सुत अपराध करत है जेते । जननी चीति न राखसि तेते ।।१।। रामईआ हउ बारिक तेरा । काहे न खंडसि अवगनु मेरा । ।।१।। रहाउ ।। जे अति क्रोप करे करि धाइआ । ता भी चीति न राखसि माइआ ।।२।। चिंत भवनि मनु परिओ हमारा । नाम बिना कैसे उतरसि पारा ।।३।। देहि बिमल मति सदा सरीरा सहजि सहजि गुन रवै कबीरा ।।४।।'

पुत्राने कितीही अपराध केले, तरी त्या सर्व अपराधांना आई क्षमाच करते. हे प्रभुराया, मीही तुझाच बालक आहे ना; मग माझ्यावर कृपा करून माझे अवगुण तू का दूर करत नाहीस? मूल रागावून आईपासून दूर गेले, तरी आई त्याच्याजवळ जाऊन त्याला पोटाशी धरते. हे प्रभो, माझे मन चिंताग्रस्त झाले आहे. तुझ्या नामाशिवाय मी कसा चिंतामुक्त होईन? हे प्रभो, मला सद्बुद्धी दे. अशी बुद्धी तू दिलीस की, तुझे सतत गुणगान करणे हा माझा स्वभाव बनेल.

अजाण बालकाचे त्याच्या आईशी असलेले नाते हे जगातले सर्वश्रेष्ठ नाते आहे. आईशिवाय अन्य कोणाचाच आपल्याला आश्रय नाही, याची अजाण अवस्थेतही बालकाला जाण असते. मातृस्पर्शाने लेकरू सुखावते. बालकाची वृत्ती अन्य कोठेही रमलेली नसल्यामुळे आई हेच त्याचे सर्वस्व असते. निष्पाप भक्ताची भगवंताबद्दल अशीच भावना असते. भगवंताला संपूर्णपणे शरण गेलेल्या निष्पाप भक्ताला परमात्मा हेच सर्वस्व आहे असे वाटते. असा भक्त आर्जवी स्वरात भगवंताला विनवितो की, माझे सहस्त्र अपराध तू पोटात घाल. अपराध करण्याची मानवाची क्षमता मर्यादित असते, पण परमात्म्याची क्षमाशील वृत्ती अमर्याद असते. आईबद्दल बालकाला जे आत्यंतिक प्रेम वाटते, तसेच प्रेम भक्ताला भगवंताबद्दल वाटत असते. स्वत:च्या अवगुणांचे निर्मूलन करण्यास आपण असमर्थ आहोत. त्यामुळे परमेश्वराने हे दुर्गुण दूर करावेत व क्षमा करावी, असेही त्याला वाटते. वस्तुत: परमेश्वराने मानवाला बुद्धी दिली आहे. या बुद्धीचा वापर करून मानवाने स्वदोषांचे निर्मूलन करावे, असे भगवंताला अभिप्रेत आहे. पण 'पुण्य कराया बुद्धी जाय । मन खेची अधडोई ।' अशी आमची अवस्था असते. स्वदोषांचे निर्मूलन करण्यात आपण कमी पडतो. यासाठी आवश्यक असलेला मनाचा दृढनिश्चय होत नसतो, त्यामुळे परमेश्वराकडे याचना केली जाते.

भक्त देवाला म्हणतो— प्रभू, मी तुझे बाळ आहे ना? तुझ्याशिवाय माझे अवगुण कोण दूर करेल? हे वाक्य भगवंतावरचे प्रेम व्यक्त करते आहे. भक्ताच्या मनात जर इतका लडिवाळ भाव असला, तर भक्ताची इच्छा भगवंताला पूर्ण करावीच लागते. भक्तांच्या इच्छा भगवंताने पूर्ण केल्याची इतिहासात हजारो उदाहरणे आहेत. मूल केव्हा तरी आईवर रुसून दूर जाते. आई त्याच्याकडे बघत असते. तिचे मन कनवाळू असते. रुसणे हे बाळाचे अज्ञान आहे, असे ती जाणते. बाळाची दया येऊन ती त्याच्याजवळ जाते व त्याला उराशी कवटाळते. भक्तही भगवंतावर कधी कधी रुसतात, देवाला चार खडे बोलही सुनावतात. पण हे निखळ प्रेमाचे एक रूप असते. भक्त-भगवंताचे भांडण हा फारच रम्य भाग असतो, जो उच्च कोटीच्या प्रेमाचा द्योतक असतो.

भक्त देवाला म्हणतो की, मी फार चिंताग्रस्त आहे व तू चिंतामणी आहेस. तेव्हा माझ्या चिंता तू दूर कर. चिंता संपण्यासाठी देवा, तुझे नाव माझ्या जिभेवर येऊ दे. तुझा धावा करण्याची मला बुद्धी होऊ दे. देवा, तू मला बुद्धी दिली आहेस; पण विविध प्रकारच्या हव्यासांनी, आसक्तींनी, मोहांनी माझी बुद्धी मलिन झाली आहे. ही मलिनता तू दूर कर, म्हणजे शुद्ध झालेली माझी बुद्धी तुझ्या गुणसंकीर्तनात रमेल.

अशा विविध भावना भक्त व्यक्त करतो. लडिवाळ भक्तांनी परमेश्वराला केलेले निवेदन आपल्या मनावर आनंदाचे शिंपण करते आणि आनंदासोबत बोधही मिळतो. आमच्या बुद्धीची मलिनता दूर होण्यासाठी अशा निवेदनांचा उपयोग होतो.

आत्मज्ञानाशिवाय मुक्ती मिळत नाही. आत्मज्ञानासाठी जी साधना करायची असते, ती शरीराद्वारे केली जाते; म्हणून शरीराचे महत्त्व आहे. साधनेला अनुकूल शरीर बनविणे किती कठीण असते याची कल्पना कबीरजी खालील पदाद्वारे देतात. हे पद भैरव रागात गायिले जाते.

किउ लीजै गढु बंका भाई । दोवर कोट अरु तेवर खाई ।। रहाउ ।। पांच पचीस मोह मद मतसर आडी परबल माइआ । जन गरीब को जोरु न पहुचै कहा करउ रघुराइआ ।।१।। कामु किवारी दुखु सुखु दरवानी पापु पुंनु दरवाजा । क्रोधु प्रधानु महा बड दुंदर तह मनु मावासी राजा ।।२।। स्वाद सनाह टोपु ममता को कुबुधि कमान चढाई । तीसरा तीर रहे घट भीतरी इउ गढु लीओ न जाई ।।३।। प्रेम पलीता सुरति हवाई, गोला गिआनु चलाइआ ।।४।। सतु संतोखु लै लरने लागा तोरे दुइ दरवाजा । साध संगति अरु गुर की क्रिपा ते पकरिओ गढ को राजा ।।५।। भगवत भीरि सकति सिमरन की कटी काल भै फासी । दासु कबीरु चड़िओ गढ ऊपरि राजु लीओ अबिनासी ।।६।।

शरीररूपी प्रबळ किल्ला जिंकणे हे काम फार कठीण आहे. शरीराभोवती द्वैताचे दोन मजबूत तट आहेत; त्रिगुणाचे तीन खंदक आहेत. पाच तत्त्वे, तसेच पंचवीस प्रकृती, मद, मोह, मत्सर हे सर्व विकार प्रबळ मायेच्या आश्रयाने शरीरात राहतात. असा हा शरीररूपी प्रबळ किल्ला जिंकण्याचे सामर्थ्य माझ्यात नाही. हे रघुराया, आता मी काय करू?

या किल्ल्याची 'काम' ही खिडकी आहे. सुख-दुःख हे पहारेकरी आहेत. पाप-पुण्य ही दोन महाद्वारे आहेत. क्रोध हा प्रबळ योद्धा किल्लेदार आहे. या गडाचा राजा मन विद्रोही आहे. विवेकाविरुद्ध मन विद्रोह करते. मनाने स्वादाचे (आवड, रूची) कवच परिधान केले आहे. ममतेचा शिरोटोप धारण केला आहे. कुबुद्धीचे धनुष्य ताणून तृष्णेचा तीर सज्ज केला आहे. असा हा अत्यंत मजबूत किल्ला जिंकणे कठीण आहे. ईशभक्तीचा सुरुंग लावला, त्यात सद्‌बुद्धीची दारू ठासली व ज्ञानरूपी तोफ डागली, ब्रह्मज्ञानरूपी अग्नी पेटविला; तरच मोह, माया, कुबुद्धी, तृष्णा यांचे भस्म होऊ शकेल. सत्य व समाधानाच्या अस्त्रांनी सुख-दुःख ही दोन महाद्वारे तोडता येतात. संतांच्या किंवा गुरूच्या कृपेने मनरूपी राजास बंदिस्त केले, तर

किल्ला जिंकता येईल. निःसीम भक्ती व अखंड नामस्मरणाच्या बळावर यमपाशातून मुक्त होता येते. या मार्गाने जाणारे शरीररूपी गड जिंकून या गडावर सदैव राज्य करू शकतात.

कबीरांच्या गूढतेचा थोडा परिचय व्हावा, या उद्देशाने या पदाची निवड केली. हे पद वाचताना गीतेच्या तिसऱ्या अध्यायातील 'अथ केन प्रयुक्तोऽयं पापं चरति पुरुषः।' हा अर्जुनाचा प्रश्न व 'काम एष क्रोध एष रजोगुण समुद्भवः । महाशनो महापाप्मा विद्ध्येनमिह वैरिणम् ।।' हे भगवंताचे उत्तर आठवले. अनिच्छेने कोणाकडून प्रेरित होऊन हा पुरुष पापाचरण करतो? या अर्जुनाच्या प्रश्नाला— रजोगुणापासून उत्पन्न होणारे काम-क्रोध हे विकार, जे अग्नीप्रमाणेच अतृप्त असतात, ते पापाचरणाची प्रेरणा देतात. या पापी विकारांना तू वैरी मान— असे भगवंताने उत्तर देऊन उपदेश केला आहे.

आत्मज्ञानाकडे वाटचाल होताना शरीरापलीकडे मन आहे, मनापलीकडे बुद्धी आहे व बुद्धीपलीकडे आत्मा आहे— या गीतोक्त विचाराचेही स्मरण होते. कदाचित याच विचाराने कबीरजींनी शरीररूपी गड जिंकण्याचा विचार मांडला असावा. या पदात कबीरजींच्या शैलीला गूढतेचे वलय प्राप्त झालेले दिसते. गूढतेतही सत्याचा प्रकाश असतोच. कबीरजी म्हणतात— शरीररूपी प्रबळ किल्ल्याभोवती द्वंद्वांचे दोन तट आहेत. आप-परभावाचा तटच असतो. एका संरक्षक भिंतीत 'अहं' असतो, तर भिंतीपलीकडे पर असतो. सत्त्व, रज, तम या त्रिगुणांचे तीन खंदक शरीररूपी गडाभोवती असतात. गडाचे रूपक वापरल्यामुळे तटबंदी, खंदक या बाबी ओघानेच येतात.

रज, तमाच्या तुलनेत सत्त्व गुण चांगला आहे. तरी पण तो गुण असल्यामुळे घातकच असतो. म्हणून तर 'त्रिगुणातीत हो!' असा उपदेश भगवंताने अर्जुनाला केला आहे. गुणातीत झाल्याशिवाय आत्मज्ञान होत नाही. सत्त्व हे आत्मज्ञानाचे साधन आहे. साधन सोडल्याशिवाय साध्याशी ऐक्य संभवत नाही. स्टेशन आल्यावर रेल्वे सोडावीच लागते; अन्यथा आपण घरी पोहोचू शकत नाही. रज, तम हे खंदक आहेत. हे आपल्याला सहज पटते. पण सत्त्वाला खंदक मानायला आपले मन तयार नसते. वस्तुतः सत्त्वही खंदकच आहे.

'पाच पचीस मोह मद मतसर आडी परबल माइआ ।।' या ओळीत गूढता आहे. पाच म्हणजे पंच महाभूते : पृथ्वी, जल, तेज, वायू आणि आकाश. मानवी शरीर या पंचमहाभुतांचे बनलेले असते. प्रकृतीचे पंचवीस प्रकार आहेत. कान, कातडी, डोळे, जीभ, नाक, वाचा, हात, पाय, गुद आणि उपस्थ ही दहा

इंद्रिये आहेत. शब्द, स्पर्श, रूप, रस आणि गंध या पाच तन्मात्रा आहेत. पंचीकरणाच्या स्वरूपातील पाच महाभूते, मन, बुद्धी, चित्त आणि अहंकार हे अंत:करणचतुष्टय अशा चोवीस प्रकृती व पंचविसावे तत्त्व काळ म्हणजे पुरुष— असे पंचवीस प्रकार होतात. हरिपाठातही 'सात, पाच, तीन, दशकाचा मेळा ।' असे वर्णन आहे.

मोह, मद, मत्सर आदी षड्विकार शरीराला जखडून टाकतात, असा हा प्रबळ किल्ला आहे. हा किल्ला जिंकणे शक्य होत नाही. कामविकाराला कबीरजींनी खिडकी असे म्हटले आहे. खिडकीचा उपयोग बाहेरून आत डोकावण्यासाठी होतो. कामभावना बाहेरून मन-बुद्धीचा ताबा घेते व नंतर इंद्रिय कार्यरत होते. कामाचा वाईट भाग हा आहे की— जसा धुळीने आरसा, धुराने अग्नी झाकला जातो; तसे कामाने ज्ञान झाकले जाते. ज्ञान झाकले गेल्याने शुद्ध असलेला जीवात्मा मोहात पडतो. कामाला खिडकीची उपमा देण्यात आणखी एक बारकावा आहे. खिडकीच्या बाहेरून जसे आत डोकावता येते, तसे आतूनही बाहेर डोकावता येते. खिडकीतून फक्त डोकवायचेच असते, खिडकीत कायम बसायचे नसते. वंशसातत्यासाठी कामाचा उपयोग हे खिडकीतून डोकावणे आहे. पण कामासक्ती हे खिडकीत ठाण मांडणे असते.

जे आत आहे ते सुरक्षित ठेवण्याची दक्षता घेणे, हे पहारेकऱ्याचे काम असते. अनधिकृत व्यक्तीने वा तत्त्वाने आतले काही नेऊ नये आणि नको असलेल्या व्यक्ती वा तत्त्वाला आत प्रवेश मिळू नये, याची दक्षता घेण्याचे काम द्वारपालाचे असते. पाप-पुण्यारूपी महाद्वाराचे सुख-दु:ख हे द्वारपाल आहेत. पाप-पुण्याची व्याख्या 'पुण्य पर उपकार । पाप ते पर पीडा ।।' ही आहे. इतरांना मदत करण्यात सुख वाटले पाहिजे व त्रास देण्यात दु:ख वाटले पाहिजे. सत्कर्मे सुख देतात व दुष्कर्मांचे दु:ख होणे स्वहिताचे असते. सुख-दु:ख या लाटा असतात. त्यांना भरती-ओहोटी येतेच. सुख-दु:ख व पाप-पुण्य याचा संबंध द्वारपाल व द्वारासारखाच आहे. पाप-पुण्याला महाद्वार म्हणण्यात एक सूक्ष्म अर्थ आहे. कर्मांची फले मिळतातच. चांगल्या कर्मांची फले चांगली मिळतात, वाईटाची वाईट. कर्मांना महाद्वारे म्हणण्यातून कर्मफलाचा संकेत मिळतो.

किल्ल्याचे रक्षण करणे हे किल्लेदाराचे काम आहे. वस्तुत: विवेक किल्लेदार असणे हिताचे ठरले असते, पण क्रोध किल्लेदार आहे. गीतेने क्रोधाचेही वर्णन महापापी असे केले आहे. क्रोध हे शस्त्र म्हणून वापरले जाणे हिताचे असते. पण क्रोध हा स्वभाव बनतो, तेव्हा तो घातक ठरतो. कबीरजींनी शरीररूपी किल्ल्याचा राजा

मन आहे, असे म्हटले आहे. मन कसे असते, याचे वर्णन 'मन हे ओढाळ गुरूं। परधन परकामिनीकडे धावे ॥' असे केले गेले आहे. घसरणे ही मनाची प्रवृत्ती आहे. राजा लहरी असला, तर अकल्याणाची शाश्वती असते. संकल्प-विकल्प करणे हे मनाचे आवडते काम आहे. मन चंचल असते. असा राजा किती आत्मघात करेल याची कल्पना केलेली बरी. अशा मनाचे कवच आवड हे आहे. 'आधीच मर्कट त्यातचि मद्य प्याला ।' अशी ही स्थिती आहे. ममतेचा शिरोटोप हे मद्य प्यालेल्या माकडाला विंचू चावल्यासारखे आहे. या राजाने कुबुद्धीचे धनुष्य ताणून त्यावर तृष्णेचा बाण चढविला आहे. ही विनाशासाठी केलेली सज्जता आहे. थोडक्यात, शरीराला भक्तीसाठी अनुकूल करणे किती कठीण आहे, हे या वर्णनावरून लक्षात येते. हे वर्णन घाबरवून सोडण्यासाठी केलेले नाही; किती जबरदस्त तयारी करावी लागेल, हे कळण्यासाठी हे वर्णन केले आहे.

शरीररूपी किल्ला जिंकणे किती कठीण आहे, हे सांगितल्यावर जिंकण्याचा मार्ग कबरीजींनी सांगितला आहे. ते म्हणतात— ईशभक्तीचा सुरुंग या किल्ल्याला लावा. हा सुरुंग लावला की, भोगासक्ती कमी होईल. या सुरुंगात सद्बुद्धीची दारू ठोसा. भक्ती परिपूर्ण होण्यासाठी काय करणे आवश्यक आहे, हे जाणून घेतले पाहिजे. मोह, माया, कुबुद्धी, तृष्णा संपविल्याशिवाय आत्मज्ञान होत नसते. या विकारांचे भस्म करण्यासाठी ईशभक्तीचा सुरूंग व सद्बुद्धीची दारू आवश्यक असते. सुख-दुःख हे द्वंद्वच आहे. द्वंद्वातीत झाल्याशिवाय आत्मज्ञान होत नाही. सत्यनिष्ठेने व समाधानी मनोवृत्तीने द्वंद्वाचे तुकडे करता येतात. संतांच्या सहवासाने व गुरुकृपेने अवखळ मनावर ताबा मिळविता येतो. जन्म-मृत्यूच्या चक्रातून सुटण्यासाठी भक्ती व नामसाधना हाच उपाय आहे. आत्मज्ञानाची साधना व त्यात असलेल्या अडचणी कबीरजींनी या पदात सांगितल्या आहेत.

अंतःकरण स्वच्छ-शुद्ध करण्याच्या प्रक्रियेचाही समावेश साधनेत होतो. जप, ध्यान, ग्रंथाध्ययन, ग्रंथपारायण, तीर्थाटन, यात्रा अशा सर्वच क्रियांचा समावेश साधनेत होतो. थोडक्यात, आत्मदर्शनासाठी जे-जे आवश्यक असेल, ते-ते करणे याचे नाव साधना आहे— जी गुरूंच्या उपदेशाप्रमाणे केली जाते.

***

प्रकरण ८ वे

साधकाच्या मानसिक अवस्था

साधना करताना भक्ताच्या मानसिक अवस्थेत विविध बदल होतात, जे व्यक्तिसापेक्ष असतात. गुरुवाणीत व्यक्त झालेल्या विविध मानसिक अवस्थांपैकी काही अवस्था खालीलप्रमाणे आहेत :

एका विशिष्ट पातळीची साधना झाली की, साधकाला ईशदर्शनाची ओढ लागते. तो प्रभुदर्शनासाठी तळमळतो. साधकाची ही अवस्था श्रीगुरू अर्जुनदेवांच्या खालील पदातून जाणवते. 'माझा' रागात हे पद गायिले जाते. या पदात मनातील विव्हळता सुंदर शब्दांत व्यक्त झाली आहे. शब्द आहेत : **'मेरा मनु लोचै गुरु दरसन ताई । बिलप करे चात्रिक की निआई ।।'** हे प्रभू, माझे मन तुझ्या दर्शनासाठी व्याकुळ झाले आहे. तुझ्या भेटीसाठी जीवाची तगमग होते आहे. चातक पक्षी जसा पर्जन्यवृष्टीसाठी आतूर असतो, तसे माझे मन तुझ्यासाठी तळमळते आहे.

हाच भाव श्रीगुरू रामदासजींच्या एका पदात एका वेगळ्या उदाहरणाने व्यक्त होतो. ते म्हणतात, **'हरि जलनिधी हम जल के मीने जन नानक जल बिनु मरीऐ जीउ ।।'** हे प्रभू, तू जलनिधी आहेस आणि आम्ही या जलात राहणारे मासे आहोत. आम्हाला जलाबाहेर काढले, तर आमचा मृत्यू अटळ आहे. मासा जसा पाण्यासाठी तडफडतो तसे साधकाचे मन प्रभूसाठी तडफडत असते.

प्रभुभेटीसाठी जीव कसा तडफडतो, हे श्रीगुरू अर्जुनदेव यांच्या एका पदावरून लक्षात येते. ते म्हणतात, **'इक घड़ी न मिलते ता कलिजुगु होता । हुणि कदि मिलीऐ प्रिअ तुधु भगवंता । मोहि रैणि न विहावै नींद न आवै बिनु देखे गुर दरबारे जीउ ।।'** देवा, तुझे दर्शन क्षणभरही झाले नाही, तर माझी रात्र सरत नाही. मला झोप येत नाही. प्रभू! माझे शरीर, मन व प्राण जरी तुला अर्पण केले, तरी हे समर्पण य:कश्चित आहे. ईश्वरासाठी जीवाची तगमग होणे, ही बाब भाग्याची आहे. प्रपंचातील लक्ष कमी झाल्याशिवाय ईश्वरभेटीची तळमळ मनात निर्माण होत नाही.

गुरुवाणीतून कांताभक्ती जाणवते. जीव ही पत्नी आहे व परमात्मा हा पती परमेश्वर आहे, हा भाव गुरुवाणीत अनेकदा व्यक्त झाला आहे. प्रस्तुत पदातील शब्दलालित्य व नादमाधुर्य विलोभनीय आहे. गुरुजी म्हणतात, **'हउ घोली हउ घोलि घुमाई गुर सजण मीत मुरारे जीउ ।।' 'हउ घोली हउ घोलि घुमाई'** हे शरीर, मन, वाणी, प्राण यांचे समर्पण आहे. साजण, मीत हे शब्द प्रियकरासाठी प्रेयसी उच्चारीत असते. गुरू वा परमात्मा आमचा प्रियकर आहे, या शब्दांतून सर्वस्वाच्या समर्पणाची भावना व्यक्त होते. इतर नात्यांत थोडे हातचे राखून समर्पण केले जाते, पण प्रियकरासाठी सर्वस्वाचे समर्पण आनंदाने केले जाते. ही धारणा लक्षात घेऊन गुरूंनी कांताभाव स्वीकारला असावा. परमात्म्यासाठी जीव तडफडत असेल व सर्वस्व समर्पिले जात असेल, तर त्याचा परिणाम काय होतो याबाबत गुरुजी म्हणतात, **'प्रभू अबिनासी घर महि पाइआ ।।'** भक्ताला विरहात तडफडत ठेवणे परमात्म्यालाही आवडत नाही. तो करुणानिधी आहे. तो भक्ताला त्याच्याच हृदयात दर्शन देतो. दर्शनाची अभिलाषा पूर्ण झाल्यावर भक्त देवाला प्रार्थना करतो, **'सेव करी पलु चसा न बिछुड़ा जन नानक दास तुमारे जीउ।।'** देवा, पळभर किंवा क्षणभरही माझ्या हातून तुझ्या सेवेत खंड पडू नये (म्हणजे तुझा विरह होऊ नये). मी तुझाच आहे. भक्तांचे एक वेगळेच जग असते. तिथल्या विविध भावना विलोभनीय असतात.

साधकाच्या मनाची एक अवस्था श्रीगुरू अर्जुनदेवांनी खालीलप्रमाणे व्यक्त केली आहे. हे पद गौडी रागात गायिले जाते.

'भावनु तिआगिओ री तिआगिओ । मै गुर मिलि तिआगिओ । सरब सूख आनंद मंगल रस मानि गोबिंदै आगिओ ।।१।। रहाउ ।। मानु अभिमानु दोऊ समाने मसतकु डारि गुरि पागिओ । संपत हरखु न आपत दूखा रंगु ठाकुरै लागिओ ।। बास बासरी एकै सुआमी उदिआन द्रिसटागिओ । निरुभउ भए संत भ्रमु डारिओ पूरन सरबागिओ ।।२।। जो किछु करतै कारणु कीनो मनि बुरो न लागिओ । साध संगति परसादि संतन कै सोइओ मनु जागिओ ।।३।। जन नानक ओड़ि तुहारी परिओ आइओ सरणागिओ । नाम रंग सहज रस माणे फिरि दुख न लागिओ ।।४।।'

भावनेचा मी त्याग केला आहे. गुरुप्राप्तीमुळे मी हा त्याग केला आहे. त्यामुळे सर्व सुखांची, आनंदाची, मांगल्याची प्राप्ती झाली. माझ्या जिभेवर देवाचे नाव रूढ झाले. आता मला मानापमान समान वाटतो व मी गुरुचरणी लीन झालो आहे. आता मला धनप्राप्तीने आनंदही होत नाही व आपत्ती आली तरी दु:खही होत नाही.

भगवंताच्या प्रेमात मी रंगलो आहे. मला आता पूर्ण व अंश एकच वाटत आहेत. जिथे बघितले तिथे प्रभूच दिसतो. कशाचीही भीती आता उरली नाही; कोणतही भ्रम शिल्लक उरला नाही. सर्वज्ञ प्रभू सर्वव्यापक वाटतो आहे. प्रभू जे काही घडवून आणतो, त्याचे वाईट वाटत नाही. मोहनिद्रेतून माझे मन आता जागे झाले आहे. हे देवा! आता मी तुझ्या कृपाछत्राखाली आलो आहे, तुला शरण आलो आहे. नामरंगात रंगणे ही माझी सहजप्रवृत्ती झाल्यामुळे आता कशाचेही दु:ख वाटत नाही.

साधनेतील ही उच्च अवस्था नवस करून मिळवावी अशी आहे. विवेकाने, वैराग्याने, प्रयत्नाने, निश्चयाने ही अवस्था प्राप्त होते. पदातील 'भावनु' शब्दाचा अर्थ दुराग्रह असा आहे. असेच झाले पाहिजे, हा अट्टहास ही संघर्षाची वृत्ती आहे. संघर्ष संपतो, तेव्हा समर्पण सुरू होते. त्यागाची भावना मनात निर्माण झाली की, भोगांची आसक्ती ओरसते. आपण त्याग करू शकतो, त्या बाबी अशा आहेत : मनाच्या चंचलतेचा म्हणजे संकल्प-विकल्प करण्याच्या वृत्तीचा, आसक्तीचा, आग्रही वृत्तीचा, स्वामित्वाच्या भावनेचा, संदेहांचा. इतरांना तुच्छ लेखण्याच्या वृत्तीच, स्वार्थाचा, सर्व प्रकारच्या हव्यासांचा, दुर्गुणांचा त्याग नेहमीच हितावह असतो. त्यागाने शांती मिळते (त्यागात् शान्तिः निरन्तरम्), असे गीता सांगते. आम्ही त्याग करण्याऐवजी संग्रह करतो. किती तरी अनावश्यक बाबी जशा घरात साठविल्या जातात, तशा किती तरी निरुपयोगी, निरर्थक बाबी मनात साठविल्या जातात; ज्यामुळे आपणच आपले आयुष्य केविलवाणे बनवितो.

संकल्प-विकल्प करण्याची मनाची जी वृत्ती आहे, तिचा त्याग करता आला आणि किमान पक्षी ही वृत्ती नियंत्रित करता आली, तरी सुखाची पहाट होतेच. मनाचे हे माकडचाळे संपले, कमी झाले की, शांती लाभतेच. हाव, आसक्तीच नको ते करायला माणसाला भाग पाडते. योग्य-अयोग्य, नैतिक-अनैतिक याचे भान विसरायला भाग पाडते. आसक्तीच अध:पतनाची जननी असते. जगातील सर्व वाईट बाबी आसक्तीपोटीच होतात. आसक्तीचा त्याग करणाऱ्याची प्रगती होते.

मनात किती घाण असते, याची आपल्याला कल्पनाही नसते. वृत्तीत तटस्थता निर्माण झाली की, मनातील घाणीचे दर्शन घडते. किती दुर्गुणांचा, दुष्प्रवृत्तींचा संग्रह आम्ही केला आहे याचेही आम्हाला भान नसते. मनातील सगळी घाण दूर झाल्याशिवाय चित्तातील चैतन्याची जाणीव होत नसते. 'मलिनपणे कैसा येऊ तुझ्या मंदिरात ।' असे साधकाला वाटते. गुरूपदेशाने ही भावना बळकट होऊन हे त्याग घडतात व अंत:करण निर्मळ होते. असे घडल्यास सर्व सुखांची प्राप्ती होते. चित्तातले माया-मोह उणावल्याशिवाय भगवंताचे प्रेम दुणावत नाही. अंत:करण निर्मळ झाले व जिभेवर

देवाचे नाव पक्के बसले, तर मिळणाऱ्या सुखाला अंत नसतो. 'भाग्यवंत कोणाला म्हणावे?' या प्रश्नाचे उत्तर 'नामजप करणारा' हे आहे.

या अवस्थेत निंदा-स्तुती, मान-अपमान, सुख-दुःख ही द्वंद्वे गळालेली असतात. मनात गुरूबद्दल अविचलित, अखंड, अमर्याद, अनन्य, निष्काम भक्ती उपजते. गुरूबद्दल मनात भक्ती उपजणे, हा साधनामार्गातील महत्त्वाचा टप्पा असतो. अनन्यता कशी असते, हे महात्मा कबीर व त्यांचे सुपुत्र कमाल यांच्या जीवनातील दोन प्रसंगांवरून लक्षात येते. बहुधा 'अनन्यता म्हणजे काय?' असा प्रश्न महात्मा कबीरांना एकाने विचारला होता. वेळ दिवसाची होती. कबीरजी सूत विणत होते. ते कमालजींना म्हणाले, 'घरातून दिवा आण म्हणजे मला सूत दिसेल.' त्यावर 'बाबा, एवढा उजेड आहे ना; दिव्याची काय गरज?' असे कमालजी म्हणाले नाहीत. त्यांनी दिवा आणला. नंतर कबीरजी म्हणाले, 'घरातून मिठाचे भांडे आण व प्रसाद वाट.' मिठाचा प्रसाद कसा वाटायचा, असा प्रश्न कमालांनी विचारला नाही. गुरू सांगतील तसे तंतोतंत वागणे, ही अनन्यता असते. स्वतःला अनुकूल असेल ते गुरू जोपर्यंत सांगतात, तोपर्यंत गुरूंच्या आज्ञेचे पालन केले जाते. स्वतःला प्रतिकूल वाटणारे गुरूंनी काही सांगितले की शिष्य म्हणविणारे, शिष्य म्हणून मिरविणारे हळूच दूर होतात. गुरूंशी तर्क-वितर्क करण्यात, वाद घालण्यात भूषण मानणारेही महाभाग असतात. स्वतःच्या माहितीचे प्रदर्शन करण्यासाठी गुरूंशी चर्चा केली जाते. ही गुरुभक्ती नसते. 'डु अँड डाय, डोंट आस्क व्हाय' असा नियम सैन्यात असतो. 'सांगेन तसे करा व मिळवा; असे का, हे विचारू नका' हा गुरुमार्गातील नियम असतो. गुरुबद्दलची श्रद्धा खरी असेल, अढळ असेल तर काही तरी मिळतेच. काही मिळत नसेल, तर दोष गुरूंचा नसतो; स्वतःच्या श्रद्धेतील उणिवांचा असतो. खऱ्या गुरूभक्ताची भक्ती कधीच ओहोटी नसलेल्या भरतीसारखी असते. असा भक्त 'सपंत हरखू न आपत दुखा ।।' या अवस्थेत असतो. कितीही धन मिळाले, तरी भक्त हुरळून जात नाही, तसेच कितीही आपत्ती आल्या तरी त्याचा धीर खचत नाही. चित्ताच्या समत्वाची ही अवस्था फारच थोड्यांना साधते.

अशा भक्ताच्या मनाला पूर्ण आणि अंशातील एकात्मता पटलेली असते. गुरुजींनी यासाठी बास व बासरीचे उदाहरण दिले आहे. बास हा पूर्ण मानला, तर बासरी हा एक खंड आहे. जे विहिरीत असते, तेच पोहऱ्यात येते. त्यामुळे **'जहाँ देखू वहाँ तूही तू है ।।'** अशी भक्ताची अवस्था असते. त्यामुळेच 'या खांबात तुझा देव आहे का?' या वडिलांच्या प्रश्नाचे, 'हो!' असे ठाम उत्तर प्रल्हाद देऊ शकले. जिकडे बघावे तिकडे देवच आहे, अशी ज्याची पक्की धारणा झाली आहे; त्याला भीती कोणाची

वाटेल? कशी वाटेल? असा भक्त निर्भय बनतो. गुरूंच्या बोधाने मनातले अनेक भ्रम दूर होतात, त्यामुळे परमात्म्याची सर्वव्यापकता भक्त अनुभवतो. परमात्मा सर्वव्यापी आहे ही आमची माहिती असते, अनुभव नसतो. खऱ्या भक्ताचा तो अनुभव असतो.

परमेश्वरावर नितांत श्रद्धा असल्यामुळे तो जे करेल ते माझ्या हिताचेच असेल, अशी भक्ताची अतूट श्रद्धा असते. हा भक्ताचा स्थायिभाव बनतो. देहाला इजा झाली तर त्याला दुःखच होत नाही, असे नाही. त्याचा तडफडाट होत नाही. त्याची शांती भंगत नाही. तो देवाला शिव्या देत नाही. आर्थिक नुकसान झाले तरी तो खचत नाही. नातेवाइकाचा मृत्यू झाला, तरी ऊर बडवत बसत नाही. देवा, तुला जे रुचते तेच माझ्या कल्याणाचे असते, असेच भक्ताला वाटते **('जो तुधु भावे साई भली कार').**

गुरुकृपा, संतसहवासाचा परिणाम म्हणून भक्ताची मोहनिद्रा सरलेली असते व 'नित्य नवा दिस जागृतीचा' या अवस्थेला साधक येतो. तो देवाला म्हणतो, 'हे प्रभू, तुझ्या कृपेची पाखर माझ्यावर सदैव राहू दे. मी तुला शरण आलो आहे. नामस्मरणात माझे मन विरघळले आहे, मला आता कशाचेही दुःख होत नाही.' मनाची ही अवस्था प्राप्त होण्यासाठी मनाची तळमळ, श्रद्धा, सात्त्विक वृत्ती, गुरूवर अचल श्रद्धा असावी लागते.

परमेश्वराचे लडिवाळ भक्त 'आम्ही आहोत म्हणून तू आहेस, आम्ही पतित आहोत म्हणून तू पतित-पावन झालास. नसती ऐट मिरवू नकोस' असेही न संकोचता देवाला सांगतात. प्रेम दुणावण्यासाठी भक्तांनी ईश्वराशी केलेल्या या भांडणातून त्यांचे देवावर, देवाचे त्यांच्यावर असलेले प्रेमच व्यक्त होत असते. महात्मा रविदास भांडण्याच्या मनोवृत्तीत असताना देवाला म्हणतात :

'तोही मोही मोही तोही अंतरु कैसा ।
कनक कटिक जल तरंग जैसा ।।१।।
जउपै हम न पाप करंता अहे अनंता ।
पतित पावन नामु कैसे हुंता ।।१।। रहाउ ।।'

हे अनंता, तुझ्यात आणि आमच्यात भेद कोठे आहे? तू सोने असशील, तर आम्ही दागिने आहोत. तू जल असशील, तर आम्ही तरंग आहोत. असा तुझ्यात व आमच्यात भेद नाही. जोपर्यंत आम्ही पाप करत नाही, तोपर्यंत तू पतितपावन बनू शकत नाहीस. देव-भक्ताचे भांडण बघणे मोठे हृद्य असते.

महात्मा रविदासजींनी एका मानसिक अवस्थेचे वर्णन असे केले आहे : **'बेगमपुरा सहर को नाउ । दुखू अंदोहु नही तिही ठाउ । नां तसवीस खिराजु**

न मालु । खउफु न खता न तरसु जवालु ।।'

गम म्हणजे दु:ख, बे म्हणजे नसणे. रविदास म्हणतात— मी ज्या शहरात राहतो, तिथे दु:ख नाही. ज्या शहरात राहतो म्हणजे— ज्या अवस्थेत राहतो. सुख-दु:ख, हर्ष-शोक या मनाच्या अवस्था आहेत. ही विविध द्वंद्वे साधनेतील बाधा आहेत. मनुष्य दु:खातीत असू शकतो का? असे कोणाला वाटू शकते? दु:ख ही प्रतिकूल जाणीव असते. अपेक्षिलेले घडले नाही की, दु:ख होते. ज्याच्या अपेक्षा संपल्या आहेत, त्याला दु:ख कशाचे होईल? अपमान, अपकीर्ती याचे दु:ख असते. साधकात हे भाव उरत नसतात, त्यामुळे त्याला दु:ख होत नाही. इतरांच्या उत्कर्षामुळेही काही लोक दु:खी होतात. साधकाला याचेही दु:ख होत नाही. साधकाला द्वंद्वातीत होता आले, तरच त्याची आध्यात्मिक प्रगती होते. रविदासजी म्हणतात— मनाच्या दु:खातीत अवस्थेत कशाचीही चिंता वा भीती नसते. मिळालेली सत्ता-संपत्ती कायम टिकेल ना, याची चिंता सामान्य जनांना वाटत असते. साधकाला या बाबीत रस नसतो, त्यामुळे तो चिंतामुक्त असतो. भविष्याची चिंता वाटणे, हा सामान्यांचा स्थायिभाव आहे. माझे आरोग्य ठीक राहील ना? आहे तो पैसा पुरेल ना? मुलगा माझी सेवा करेल ना?... अशा चिंता सामान्य जनांना त्रस्त करतात. साधकाची परमेश्वरावर नितांत श्रद्धा असते. त्यामुळे साधक चिंतामुक्त असतो. लहान मुलाला कशाचीच चिंता नसते, कारण सगळी काळजी घेण्यास त्याची आई समर्थ असते. भक्तांची अवस्था तशीच असते.

मनाच्या कमकुवतपणामुळे माणसाला भीती वाटत असते. परमेश्वर आपल्या पाठीशी आहे याची साधकाला खात्री असते, त्यामुळे भयाचा लवलेशही त्याच्या मनात नसतो. भीती-चिंता हे सर्व भाव भक्तीतील तल्लीनतेत ओसरतात. भक्ताला ऐहिक धनदौलतीचे महत्त्व उरत नाही. त्याच्या मनातील मानापमान, शीत-उष्ण इत्यादी द्वंद्वे संपलेली असतात. भक्ताला कशाचीच अभिलाषा नसते, त्यामुळे पाप घडण्याची शक्यता नसते. त्या परमशक्तिमानाला शरण गेल्यामुळे कोणताही धोका उरत नाही, कशाचेही भय उरत नाही. रविदासजी म्हणतात, 'मी आता अशा अवस्थेत आहे, जिथे केवळ आत्मीय सुखच सुख आहे.' ईशप्रेमाचे सुख हे सर्वश्रेष्ठ सुख असते. या सुखासाठीच सर्व धडपड करायची असते. भगवत् प्रेमात रंगलेल्या माणसाला तहान, भूक इत्यादी नैसर्गिक गरजाही त्रस्त करत नसतात. साधक प्रेमसुखातच मस्त असतो. त्याची ही अवस्था अभंग असते. बाह्य बाबींचा त्याच्या आनंदावर विपरीत परिणाम होत नसतो, इतका तो रामरंगी रंगलेला असतो.

नामदेवरायांनी खालील पदात आत्मानुभूती व्यक्त केली आहे. हे पद सोरठी

रागात गायिले जाते.

जब देखा तब गावा । तउ जन धीरजु पावा ।।१।।
नादि समाइलो रे । सतिगुरु भेटिले देवा ।।१।। रहाउ ।।
जह झिलिमिलिकारु दिसंता । तह अनहद सबद बजंता ।
जोती जोति समानी । मै गुरपरसादी जानी ।।२।।
रतन कमल कोठरी । चमकार बीजुल तही ।
नेरै नाही दूरि । निज आतमै रहिआ भरपूरि ।।३।।
जह अनहत सूर उज्यारा । तह दीपक जलै छंछारा ।
गुरु परसादी जानिआ । जनु नामां सहज समानिआ ।।४।।

चराचराला व्यापलेल्या परमेश्वराला मी जेव्हा जेव्हा बघतो, तेव्हा तेव्हा मी त्याची कीर्ती गातो. असे करण्यामुळे भवसागर पार करण्याचे धैर्य मला लाभते. प्रभुकृपेने सद्‌गुरू भेटल्यानंतर मी प्रभूच्या नामसंकीर्तनात रंगलो आहे. साधनेत मला क्षीण प्रकाश दिसायचा. अनाहत नाद ऐकायला यायचा. गुरुकृपेने माझे अस्तित्व प्रभूत विलीन झाले. विजेचा लखलखाट दूर न वाटता माझ्या हृदयकमलात आहे, असे जाणवे. माझ्या आत्म्यातच मला परमेश्वराचे दर्शन घडले.

साक्षात्काराची अवस्था माणसाचे देहभान हरवून टाकते. त्यामुळे अनुभूती व्यक्त करण्यासाठी शब्द लुळे पडतात. 'नयन मुके जिव्हा न देखे' । अशा अवस्थेत सर्व तपशील सांगणेही शक्य नसावे. **'अणमड़िया मंदलु बांजै । बिनु सावण घनहर गाजै ।।'** या पदातही नामदेवरायांनी आत्मानुभूतीच व्यक्त केली आहे. आत्मानुभूतीपासून आपण कितीही दूर असलो, तरी आत्मानुभूतीची वर्णने वाचताना आनंदाचा वसंत आल्यासारखा वाटतो. मन मोहरून येते.

त्रिलोचनजींची चार पदे गुरुवाणीत आहेत. त्यांनीही बहुमोल विचार सांगितले आहेत. जीवनभर साधना केली जाते, ती अंतकाळी जिभेवर देवाचे नाव यावे म्हणून. संत त्रिलोचनजींनी एका श्लोकात हाच विचार वेगळ्या पद्धतीने सांगितला आहे. ते म्हणतात, **'अंति काल जो लछमी सिमरै ऐसी चिंता महि जे मरे सरप जोनि वलि वलि औतरै ।।'** धन, स्त्री, पुत्र, घरदार यांच्या मोहात सगळा जन्म घालविला, तर अंतकाळीही याच ऐहिक बाबींची स्मृती मनात राहील. त्यामुळे वासनेप्रमाणे पुन्हा जन्म घ्यावा लागेल. आत्मदर्शनासाठी मनुष्यजन्म लाभला आहे, याचे भान जीवनभर असावे. असे भान असल्यास अंतकाळी देवाचे नाव जिभेवर येईल व जन्म-मरणाचा फेरा चुकेल.

***

प्रकरण ९ वे

मायाविचार

धार्मिक चिंतन मायेच्या विचाराशिवाय पूर्ण होत नाही. जसा वृक्ष आणि छायेचा संबंध असतो, तसाच ब्रह्म आणि मायेचा संबंध आहे. 'मयाध्यक्षेण प्रकृतिः ।' असे मायेबाबत भगवान श्रीकृष्ण म्हणाले आहेत. परमात्म्याकडून मिळालेल्या सामर्थ्यावर माया काम करते. मायेचा प्रभाव एवढा जबरदस्त असतो की, जे हिताचे असते ते आम्हाला आवडत नाही आणि जे आवडते ते हिताचे नसते. मायेचा मोह एवढा दांडगा असतो की, आम्ही या मोहातच स्वत:ला हरवून बसतो व सत्यापर्यंत पोहोचत नाही.

परमात्म्याने माणसाला बुद्धी दिली आहे. सार काय-असार काय, हे मनुष्य ठरवू शकतो. सत्य-असत्याचा निवाडाही तो करू शकतो. हितावह काय व घातक काय, हेही त्याला समजते. तरीसुद्धा 'कळते पण वळत नाही' अशी माणसाची स्थिती असते. परमात्मा जगाचा निर्माता आहे, संरक्षक आहे, हेही आपल्याला ज्ञात असते; तरीदेखील आपण त्याची भक्ती करत नाही. त्याला विसरतो, याचे कारण महात्मा कबीरांनी सांगितले आहे. ते म्हणतात :

'इनि माइया जगदीस गुसाई तुम्हरे चरन विसारे ।
किंचत प्रीति न उपजै जन कउ जन कहा करहि बेचारे ।।१।।'

संत कबीर जणू आपली वकिलीच देवाजवळ करत आहेत, असा भाव वरील ओळींत आहे. ते देवाला म्हणतात, 'हे प्रभू, या मायेमुळे लोकांना तुझे विस्मरण होते. क्षणभरही त्यांना तुझ्याबद्दल प्रेम वाटत नाही. हे बिचारे हतबल आहेत.' परमात्म्याने हे ब्रह्मांड व्यापले आहे, हे आम्हाला माहीत नसते असे नाही. तरीही आम्हाला तो जाणवत नाही याचे कारण आमच्या बुद्धीला भ्रम झालेला आहे. भ्रमिष्ट बुद्धीला विविधता दिसते, विविधतेतील एकता प्रत्ययाला येत नाही. पोळी, पुरी, परोठा यात असतो तो गहूच; पण आम्ही वरच्या आकारालाच भुलतो व आकारामागच्या सत्याला

विसरतो. जे आहे ते न जाणवणे आगि जे नाही ते प्रत्ययाला येणे याचे नाव माया आहे. जे नाही ते दिसणे-वाटणे याचे नाव माया आहे. मायेला स्वतंत्र अस्तित्व नाही. ती परमात्म्याच्या आश्रयाने राहते. असत्याला कधीच स्वतंत्र अस्तित्व नसते. असत्य नेहमीच सत्याच्या आश्रयाने राहते. साखरेचे विविध प्राणी केले जातात— हत्ती, उंट, घोडा वगैरे. लहान मुले हे आकार सत्य मानून या आकारांसाठीच भांडतात. पण बुद्धिवान माणसाला हे सर्व आकार साखरेच्या आश्रयाने अस्तित्वात आले आहेत याची जाण असते. म्हणून बुद्धिवान माणसे आकारासाठी भांडत नाहीत. बाह्य आकारात फसणारे आम्ही बालकांसारखेच अज्ञानी आहोत. याउलट रामकृष्ण परमहंसांना वेश्यादेखील जगदंबा वाटली, कारण त्यांच्या बुद्धीला भ्रम झालेला नव्हता. मायेचे रूप मोठे सुंदर असते, आकर्षक असते. त्यामुळे आपग मायेत फसतो. परमात्म्याला रंग नाही, रूप नाही; त्यामुळे तो आम्हला जाणवत नाही. कारण शब्द, स्पर्श, रूप, रस, गंध यांच्याच साह्याने त्याला समजून घेण्याची सवय आम्हाला जडली आहे. परमात्मा ज्ञानेंद्रियांनी जाणण्याचा विषयच नाही.

परमात्म्याला जाणण्याचा खटाटोप न करता, आम्ही शरीराचे चोचले पुरविण्यात रमलेलो असतो; म्हणून **'तनु ध्रिगु'** —शरीराचा धिक्कार असो, असे कबीरजी म्हणतात. शरीर हे आत्मज्ञानाचे साधन आहे. साधन जर स्वत:चे काम नीट करत नसेल, तर जाणती माणसे त्याचा धिक्कारच करतील. **'ध्रिगु धनु'** असेही कबीरजींनी याच पदात म्हटले आहे. त्याचेही कारण हेच आहे की, धनाच्या बळाने परमात्मा जाणता येत नाही. व्यवहारातील कामे धनामुळे होऊ शकतील, पण आत्मज्ञानासाठी धन निरुपयोगी आहे; म्हणून त्याचा धिक्कार केला आहे. त्यांनी मायेचाही धिक्कार केला आहे, कारण माया स्वत:च्या मोहजालात फसविते. घराच्या प्रवेशद्वारावरील पडद्याच्या मोहात मनुष्य पडला व तो पडदा बघण्यातच हरवला, तर तो आत कसा जाईल? आत गेल्याशिवाय आत कोण आहे, हे त्याला कसे जाणवेल?

महात्मा कबीर म्हणतात, 'देवा, या मायेला स्वत:जवळच घट्ट बांधून ठेव.' **'इस माया कउ द्रिडु करि राखहु बांधे आप बचंनी ।।'** मायेला परमात्म्याने आवरले नाही, तर आपण त्याच्यापर्यंत पोहोचू शकणार नाही. मी देतो आहे ते उदाहरण कदाचित एखाद्याला आवडणार नाही, पण त्यातून सत्य कळते. ज्या घरात बलंदड कुत्रा असतो, त्या कुत्र्याच्या मालकाने घट्ट साखळदंडाने कुत्रे बांधून आवरले, तरच आपण आत जाऊ शकतो; अन्यथा कुत्रे आत जाऊ देत नाही. कबीरजी **'द्रिडु करि राखहु बांधे'** यासाठीच म्हणतात. मानसन्मान, छल-कपटात माया आम्हाला अडकविते.

कबीरजी आणखी सांगतात— **'परपंच झूठु गुमाना ।'** अर्थार्जनाने लौकिक समृद्धी प्राप्त होईल, परंतु अलौकिकाची प्राप्ती होत नाही. कबीरजी या पदाच्या शेवटच्या ओळीत सांगतात, **'कहि कबीर ते अंति बिगूते आइआ कालु निदाना ।।'** ही अर्थार्जनाची साधने वा लौकिकाचा पसारा काळाच्या दाढेतून आम्हाला वाचवू शकत नाही, म्हणून ही साधने उपयोगी नाहीत. 'सखे सोयरे साथी सुखाचे । अंतकाळचे नाही कोणी ।।' हेच सत्य आहे.

माया मानणारे तिचे वर्णन विविध प्रकारे करतात. ब्रह्म समजणे जितके कठीण असते, तितकेच माया समजणे कठीण असते. माया ही भगवंताचीच निर्मिती आहे. भगवंताची शक्ती-स्फूर्ती असेही मायेचे वर्णन केले जाते. गुरुवाणीतही मायेचे वर्णन अनेकदा व अनेक प्रकारे आलेले आहे. महात्मा कबीरांनी खालील पदात मायेसंबंधी व्यक्त केलेले विचार उद्‌बोधक आहेत. हे पद गौड रागात गायिले जाते.

खसमु मरै तउ नारि न रोवै । उसु रखवारा अउरो होवै ।
रखवारे का होइ बिनास । आगै नरकु ईहा भोग बिलास ।।१।।
एक सुहागनि जगत पिआरी । सगले जीअ जंत की नारी ।।१।। रहाउ ।।
सोहागनि गलि सोहै हारु । संत कउ बिखु बिगसै संसारु ।
करि सींगारु बहै पखिआरी । संत का ठिठकी फिरै बिचारी ।।२।।
संत भागि ओह पाछै परै । गुरपरसादी मारहु डरै ।
साकत की ओह पिंड पराइणि । हम कउ द्रिसटी परै त्रिख डाइणि ।।३।।
हम तिस का बहु जानिआ भेउ । जब हुए क्रिपाल मिले गुरदेउ ।
कहु कबीर अब बाहरि परी । संसारै कै अंचलि लरी ।।४।।

मायेला आपली स्वामिनी मानून मनुष्य तिच्यावर प्रेम करतो, पण तो मेला तर मायेला थोडेसेही दुःख होत नाही. ती रडत नाही, लगेच दुसऱ्याशी घरोबा करते. मायेवर प्रेम करणारा, इहलोकात जरी भोगविलासात रमत असला, तरी परलोकात त्याला नरकयातनाच भोगाव्या लागतात. माया अखंड सौभाग्यवती असते. कारण ती **'सगले जीअ जंत की नारी'** असते. सर्वच माणसे तिच्यावर प्रेम करतात, त्यामुळे तिच्या सौभाग्यावर कधीच आंच येत नाही. तिच्यावर प्रेम करणारे तिची पूजा करतात. पण संतांना ही कुलटा विषकन्या वाटते. संतांना हे उमगलेले असते की, जगाचा नाश करण्यासाठीच माया जन्माला आली आहे.

सामान्यजनांना आकर्षित करण्यासाठी माया वेश्येप्रमाणे नटून-थटून बसते. हिला बघून लोक आनंदित होतात. ती आपल्या पाशात फसविण्याचा प्रयत्न करते. शरीराचे पोषण करण्यात शाक्तांना रस असतो, म्हणून ते मायेच्या पाशात आवळले

जातात. संतांना ती रक्तपिपासू डाकीण वाटते. गुरुकृपेने संतांना मायेचे यथार्थ रूप कळालेले असते, म्हणून तिची ते घृणा करतात. कबीर म्हणतात, 'तिने माझा पिच्छा सोडला आहे, पण जग तिच्या पाशातच रमते.'

हरिण जसे मृगजळामागे धावते, तसे आम्ही मायारूपी मृगजळामागे धावतो. कधी संपत्तीच्या, कधी सत्तेच्या, कधी प्रसिद्धीच्या, कधी स्त्रीच्या मागे धावतो. हाव कधी संपणारी नसते. आता पुष्कळ झाले, असे आम्हाला कधी वाटतच नाही. कितीही मिळाले तरी उपयोग काय? 'खाली हाथ आये है खाली हाथ जाना है ।' ही वस्तुस्थिती असताना अशाश्वताच्या मागे धावण्यात काय अर्थ आहे? आपल्या मनाला भुलविणाऱ्या अनेक बाबी सभोवती आहेत. या मोहजालात अडकल्यास परमात्म्याला जाणण्याची बुद्धीच होत नाही. त्याला जाणण्याची बुद्धी होऊ नये, अशी व्यवस्था त्यानेच केली आहे. आमची सर्व इंद्रिये त्याने बहिर्मुख केली आहेत. तसेच इंद्रियांना आवडणारे विषयही बाहेरच ठेवले आहेत. त्यामुळे आमचे मन अंतर्मुख होत नाही व आम्हाला आत्मज्ञान होत नाही. उपभोगाने मिळणारा आनंद तात्कालिक असतो. कायमचा आनंद भक्तीमुळेच मिळू शकतो. पण मायेचे पाश आम्हाला खरा आनंद मिळू देत नाहीत. कामात व्यग्र असणारी आई मुलाला लाडू खायला देते. मुलगा लाडू खाण्यात रमला की, तो आईजवळ जात नाही. देवाने असे अनेक मायारूपी लाडू आमच्या सभोवती ठेवले आहेत. पत्नी-मुलांपासून राजमान्यतेपर्यंत लाडूच लाडू आहेत. परमेश्वर आमची परीक्षा बघत असतो. लाडूत रमणारे त्याच्याजवळ जात नाहीत. लाडूचे फोलपण ज्यांना कळते, ते भक्तिमार्गाचे प्रवासी बनतात.

मायेचे रूप महात्मा कबीरांनी नेटकेपणाने वर्णिले आहे. अनेकांना भोग देणाऱ्या चवचाल स्त्रीसारखी माया आहे. तिला उपभोक्त्याबद्दल प्रेम वाटत नाही. भोग घेणारे स्वत:ला क्षीण करवून घेतात. यमराजांनी विविध प्रलोभने दाखविली, तेव्हा त्यांना नचिकेताने दिलेले उत्तर लक्षात ठेवण्यासारखे आहे. नचिकेत म्हणाला, 'श्वोभावा मर्त्यस्य यदन्तकैतत् सर्वेन्द्रियाणां जरयन्ति तेजः ।' हे सर्व भोग आज आहेत, उद्या असतीलच याची शाश्वती नाही. हे सर्व भोग इंद्रियांचे तेज क्षीण करतात. कबीरजी म्हणतात तसे **'खवारे का होई बिनास ।'** असेच घडते. उपभोगात रमलेले नरकाचा रस्ता जवळ करतात.

बुद्धीला भ्रम झालेला असतो, म्हणून विषाच्या प्याल्याला आम्ही अमृताचा प्याला समजतो. भोग भोगणारे यथावकाश रोगी होतात, याउलट भोग त्यागणारे योगी होतात. संतांना मायेचे मायावीपण जाणवलेले असते. ती किती घातक आहे याचे पुरते भान असते. म्हणून संत मायेला म्हणजे भोगांना विषवत् समजतात. संत-कवी

दासगणूमहाराजांनी संतांची व्याख्या 'संत म्हणा त्याला । जो का ऐहिक सुखा विटला ।।' अशी केली आहे. आमिषाला भुलून मासा जसा गळाला अडकतो, तसा मनुष्य विषयांना भुलून मृत्यूला कवटाळतो.

कबीरांनी मायेला घाणेरडी उपमा दिली आहे. वेश्या जशी शृंगार करून ग्राहकांचे लक्ष वेधून घेते, तशी माया आमचे लक्ष वेधते— असे कबीरजी म्हणतात. आमची आकलनपातळी लक्षात घेऊन कबीरांनी ही उपमा दिली आहे. उपभोगाच्या विविध आकर्षक साधनांनी हे जग भरलेले आहे. हा मायाजाल आहे, हे आम्हाला समजत नाही; त्यामुळे आमच्या पदरी दु:ख येते. सुखद नसणारे सुखद वाटणे, ही माया आहे. संस्कृत भाषेत मायेची व्याख्या 'या मा' अशी केली जाते. जिचे अस्तित्वच नको आहे, ती माया. माया हा एक आभास असतो, भ्रम असतो. या भ्रमामुळे आम्ही स्वत:चे अहित करतो. आभासातून कोणी सुखी होत नाही.

परब्रह्म ही परममंगल, परमकल्याणकारी बाब आहे. परमकल्याणकारी बाबी कधीच सहज मिळत नसतात. किल्ल्याभोवती खंदक असतात, किल्ल्यात सहजासहजी प्रवेश मिळू नये म्हणून. परमात्म्याने स्वत:भोवती असाच मायेचा खंदक खोदला आहे, जो पार केल्याशिवाय आपण परमात्म्यापर्यंत पोहोचू शकत नाही. म्हणून कबीरजींसारखे संत मायेचे फसवे रूप स्पष्ट करून आमच्या डोळ्यांवरील पडदा दूर करण्याचा प्रयत्न करतात.

मायेतून तरण्यासाठी परमेश्वराची प्रार्थनाच करावी लागते, कारण मायेचा मोह सहजासहजी सुटत नसतो. मायापाशातून सुटण्यासाठीच्या प्रार्थनेचा एक नमुना खालीलप्रमाणे आहे. ही प्रार्थना श्रीगुरू तेगबहादूर रचित आहे.

अब मैं कउन उपाउ करउ ।।
जिह बिधि मन को संसा चुकै, भउनिधि पारि परउ ।। रहाउ ।।
जनमु पाई कछु भलो न कीनो, ता ते अधिक डरउ ।।
मन बच क्रीम हरि गुन नहीं गाए, यह जीअ सोच धरउ ।।१।।
गुरमति सुनि कछु गिआनु न उपजिओ, पसु जिउ उदरु भरउ ।।
कह नानक प्रभ बिरदु पछानउ, तब हउ पतित तरउ ।।२।।

हे प्रभू, आता मी कोणता उपाय करू की, ज्यामुळे मी संसारबंधनातून मुक्त होऊन भवसागर पार करू शकेन? हा दुर्लभ मानवदेह मिळूनही मी काहीही सत्कृत्य केले नाही, त्यामुळेच मला अधिक भीती वाटते. मला आता खूप पश्चात्ताप वाटतो आहे. मानवजन्म मिळूनही मी देहाने, मनाने, वाचेने प्रभूचे गुणगान कधीही केले नाही. गुरूकडून उपदेश ऐकला नाही. माझ्या डोक्यात जरासुद्धा प्रकाश पडला नाही.

जनावरासारखा केवळ पोट भरत राहिलो. आपल्याच स्वार्थात निमग्न राहिलो. हे प्रभू, आता तूच आपले पतितोद्धाराचे ब्रीद सांभाळ, तरच माझ्यासारख्या पतितांचा उद्धार होईल.

विवेकाने, निर्धाराने, सद्‌गुरुकृपेनेच माया नदी पार करता येऊ शकते. भगवंताची केलेली प्रार्थना त्या कामी लाभदायी ठरते.

***

प्रकरण १० वे

विचारपुष्पे

या प्रकरणात विविध विषयांचा समावेश आहे. विषय महत्त्वाचे आहेत, पण या विविध विषयांची स्वतंत्र प्रकरणे केली नाहीत. शीख गुरूंचा स्त्री-ब्राह्मणविषयक दृष्टिकोन, कबीरजींचे मृत्यूविषयी विचार, मनाचा वसंत कसा असतो याबाबतचे विचार अशी विषयांची विविधता या प्रकरणात आहे.

शीख गुरूंचा स्त्रीविषयक दृष्टिकोन -

शीख गुरूंचा 'स्त्रीविषयक दृष्टिकोन' जाणून घेण्याची मला उत्सुकता होती, कारण बलसंपन्नतेला प्राधान्य देणारा हा धर्म आहे. म्हणून गुरुवाणीत स्त्रियांबद्दल काय सांगितले आहे, हे मी शोधत होतो. श्रीगुरू नानकदेवांनी त्यांच्या 'वार' रचनेत स्त्रियांबद्दलचा दृष्टिकोन खालीलप्रमाणे व्यक्त केला आहे :

'भंडि जंमीऐ भंडि निंमीऐ भंडि मंगणु बीआहु ।।'

स्त्रीनेच पुरुषाला जन्म दिला आहे. स्त्रीच्याच गर्भाशयात पुरुषाचेही शरीर तयार होते, वाढते. स्त्रीशीच पुरुषाचा साखरपुडा व विवाह होतो.

श्रीगुरुदेवांनी स्त्रीचे समाजातील स्थान वा महत्त्व नेटक्या शब्दांत सांगितले आहे. आईसारखे श्रेष्ठ दैवत नाही, ही ज्या देशातील धारणा आहे किंवा 'जिच्या हाती पाळण्याची दोरी । ती राष्ट्राला उद्धारी ।।' असे ज्या देशात मानले जाते; उपनिषदकाळी गार्गी, मैत्रेयी विद्वानांशी वाद घालत होत्या, हे सांगण्यात आम्ही रमतो. मंडण मिश्रांच्या पत्नी सरस्वती यांनी भगवान शंकराचार्यांना चर्चेत कसे अडचणीत आणले होते, याची कथा सांगण्यात धन्यता मानतो. पण स्त्रीला सन्मानाने वागवीत नाही. 'पराविया नारी माऊली समान ।' हे सांगण्याची वेळ संतांवर येते, ही बाब पुरेशी बोलकी आहे. श्रीगुरू नानकदेवांनाही स्त्रीची महती सांगावी वाटली, यातूनच परिस्थिती स्पष्ट होते. श्री गुरुदेव म्हणतात : **'भंडहु होवै दोसती भंडहु चलै राहु ।। भंडु मुआ भंडु भालीऐ भंडि होवै बंधान।।'** पुरुषाची मैत्री स्त्रीशीच होते. मित्र या

शब्दाची एक व्याख्या 'पतनात् त्रायते मित्र: ।' अशी केली जाते. जो वा जी अध:पतनातून वाचविता/वाचविते, तो वा ती मित्र ठरते. पुरुषाशी विवाह करून स्त्री त्याला अध:पतनातून वाचविते, हेही एक सत्य स्वीकारले पाहिजे. स्त्रीमुळेच जगात प्रजोत्पादनाचे काम चालते. जेव्हा एक पत्नी मरते, तेव्हा पुरुष दुसऱ्या स्त्रीशी लग्न करतो. स्त्रीमुळेच पुरुष बंधनात राहतो, असे श्रीगुरुदेव सांगतात. स्त्रीबद्दल गुरुदेवांनी एक मुद्दा असा मांडला आहे : **'सो किउ मंदा आखीए जितु जंमही राजान ।।'** जी स्त्री राजे-लोकांनाही जन्म देते, तिची टीका का केली जाते? श्रीगुरुदेवांच्या या प्रश्नातून अनेक अर्थच्छटा ध्वनित होतात. स्त्रीला दोष का दिले जातात? अपराधी का ठरविले जाते? तिच्यावर अन्याय का केले जातात? अशा प्रश्नांची मालिकाच डोळ्यांसमोर तरळते. 'ज्या घरात स्त्रीला दु:खाने अश्रुपात करावा लागतो, त्या घरातील सुख-शांती-समृद्धी लयाला जाते' हे महाभारतात सांगितले आहे. असे असले, तरी स्त्रीला आजही महाभारताला तोंड द्यावे लागते. स्त्रीचे शारीरिक-मानसिक हाल पूर्णपणे संपले आहेत, असे म्हणण्याची स्थिती आजही नाही. म्हणून स्त्रीची महती गुरुदेवांना सांगावी लागली. ते आणखी सांगतात— **'भंडहु ही भंडु उपजै भंडै बाझु न कोइ ।।'** स्त्रीच स्त्रीलाही उत्पन्न करते (पुरुषांची सोय करते), स्त्रीच संततीला जन्म देते.

स्वत:ला स्त्रीपेक्षा श्रेष्ठ समजणाऱ्या पुरुषांनी आपण गर्भधारणा करू शकत नाही, या बाबतीत तरी स्त्रीचे श्रेष्ठत्व मान्य करावे. पुरुष आकाशाला गवसणी घालू शकेल, पण गर्भधारणा करू शकत नाही. अर्थात हे श्रेष्ठत्व मान्य करणे हेदेखील 'लेफ्ट हँडेड कॉम्प्लिमेंटच' आहे. 'आम्ही अबला नसून सबला आहोत, पुरुषांच्या खांद्याला खांदा लावून काम करू शकतो' हे स्त्रियांनी सिद्ध केले आहे. स्त्रिया काही क्षेत्रांत पुरुषांच्या पुढेही जाऊ शकतात, हे सत्य नाकारण्यात काय स्वारस्य आहे? सुशिक्षित म्हणविणारेदेखील पुरुषी अहंकारापोटी कुटुंबाचा घात करतात, ही शोकांतिका आहे. प्रगत देशांतही चित्र फार वेगळे आहे असे नाही.

'हरिदासाची कथा मूळ पदावर' असा एक वाक्प्रचार मराठी भाषेत आहे. कीर्तनकार कथाबीजाचा विस्तार करताना कितीही उदाहरणे देत असला, मूळ मुद्द्यापासून कितीही दूर जात असला, तरी तो मूळ मुद्द्यावर येतोच. गुरुजनही विषय कोणताही सांगत असले तरी शेवटी 'परमेश्वराला भजा' या त्यांच्या मूळ मुद्द्यावर येतातच. कारण ही बाब पुन: पुन्हा सांगितली, तरच ती मानवाच्या आचरणात येईल, असे त्यांना वाटत असावे. श्री गुरुदेवही **'नानक भंडै बाहरा एको सचा सोइ ।। जितु मुखि सदा सलाहीऐ भागा रती चारि ।। नानक ते मुख उजले**

तितु सचै दरबारि ।।' असे शेवटी सांगतातच. ब्रह्मांडात केवळ परमेश्वरच असा एकटा आहे की, ज्याने स्त्रीपोटी जन्म घेतला नाही, जो स्वयंभू आहे. स्त्री असो वा पुरुष— जो कोणी परमेश्वराचे गुणसंकीर्तन करेल, त्याचे भाग्य उजळेल. परमेश्वराच्या दरबारात त्याला वा तिला स्थान मिळेल.

स्त्रीचा सन्मान राखा व ईशभक्ती करा, हा गुरुदेवांच्या वरील विचारांचा सारांश आहे. स्त्रियांची संख्या जगात सुमारे पन्नास टक्के आहे. इतक्या मोठ्या प्रमाणातील घटकाची वंचना-अवमान होणे समाजहिताचे नाही. स्त्रीचा योग्य तो सन्मान राखण्याने, तिचे मन समजून घेण्यानेच संसार सुखाचे होतात. स्त्रीला दास्यात ठेवणे, तिच्यावर अन्याय करणे, तिचे योग्य स्थान नाकारणे अहिताचे ठरेल. राजा दशरथाच्या रथाचे चाक निखळण्यापासून कैकयीने सावरले, ही कथा आम्ही फक्त वाचतो. आमच्या संसाररथाचे चाक आमची कैकयीच सांभाळते आहे, हे सत्य आम्ही केव्हा समजून घेणार आहोत?

शीख गुरूंचा ब्राह्मणांबद्दल दृष्टिकोन -

'ब्राह्मण' हादेखील समाजाचा एक घटक आहे. शीख गुरूंनी या घटकाबद्दल काय म्हटले आहे, हेही जाणण्याची मला उत्सुकता होती.

'ब्राह्मण कोणाला म्हणावे?' याची सुंदर व्याख्या श्रीगुरू अमरदासांनी केली आहे, जी चिंतन करण्यासारखी आहे. ते म्हणतात, **'ब्रहमु बिंदे सो ब्राहमणु कहीऐ जि अनुदिनु हरि लिव लाए।।'** ज्याने ब्रह्म जाणले आहे व जो परमात्म्याशी कायमचा जोडला गेलेला आहे, त्याला ब्राह्मण म्हणावे. परंपरेतही 'ब्रह्म जानाति स ब्राह्मण:' अशीच धारणा आहे. नुसते जन्माने ब्राह्मण असणे पुरेसे नाही. कर्मांने, वृत्तीने, सद्विचारांनी ब्राह्मण होणे आवश्यक आहे. या अर्थाने चोखोबाराय, रविदास, नामदेवराय, तुकाराममहाराज यांच्यासारखे महात्मेच ब्राह्मण ठरतात.

ब्राह्मण कोणाला म्हणावे, याबाबत गुरुजी असेही सांगतात : **'सतिगुरू पुछै सचु संजमु कमावै हउमै रोगु तिसु जाए ।।'** जो स्वत:च्या सद्गुरूंच्या उपदेशाप्रमाणे वागतो, जो संयमी आहे, ज्याचे आचरण सत्याधिष्ठित असते व ज्याने अहंकार संपविला आहे; त्याला ब्राह्मण म्हणावे. वेदांची नुसती घोकंपट्टी करणारा, अर्थ समजून न घेता ग्रंथांची पारायणे वा पाठांतर करणारा ब्राह्मण नाही. ब्राह्मण्य हे मर्म न समजता केलेले कर्मकांड नाही. ब्राह्मण्य हा बाह्याचार नाही. ब्राह्मण्य हा देखावा नाही. ब्राह्मण्य ही परमेश्वराला जाणण्याची वृत्ती आहे. ब्राह्मण्य हे तपाचरण आहे. ब्राह्मण्य ही समाजसेवेची वृत्ती आहे. ब्राह्मण्य हा त्याग आहे. ब्राह्मण्य हा गुणसंचय आहे. ब्राह्मण्य हा व्यक्तिमत्त्वाचा विकास आहे.

सद्गुरूंच्या उपदेशाप्रमाणे काटेकोरपणे वागणारा ब्राह्मण असतो. तो आत्महित साधू शकतो. परमात्मा सत्यस्वरूप आहे, त्याला जाणण्याची पात्रता सत्याचरण हीच आहे. खोटारड्याला, फसवेगिरी करणाऱ्याला आत्मदर्शन होऊ शकत नाही. भगवान श्रीकृष्णांनी सत्याची एक व्याख्या 'यद् भूत हितमत्यन्तम् तत् सत्यम् ।' अशी केली आहे, जी लक्षात ठेवणे आवश्यक आहे. जे समस्त प्राणिमात्रांच्या हिताचे असते, ते सत्य असते. प्राणिमात्रांच्या हिताची काळजी वाहणारा भगवंताला नक्कीच प्रिय ठरेल.

संयम हा गुण अंगी असणे आवश्यक आहे. षड्विकारांवर नियंत्रण नसलेला माणूस शीड फाटलेल्या बोटीसारखा, मांजा तुटलेल्या पतंगासारखा असतो. फाटक्या शिडाची बोट व मांजा तुटलेला पतंग कोठे भरकटेल याचा नेम नसतो. साधना हे भरकटणे नसून ती ठरविलेल्या लक्ष्याप्रत केलेली अविचलित वाटचाल असते. अहंकार गळणे या वाटचालीत आवश्यकच असते, कारण अहंकार हा आत्मघातकी बॉम्ब असतो.

गुरुजी आणखी असे सांगतात : **'हरि गुण गावै गुण संग्रहै जोती जोति मिलाए ।'** जो परमेश्वराचे गुणसंकीर्तन करतो, गुणसंचय करतो व परमेश्वराशी एकरूप होतो; तो ब्राह्मण समजावा. श्रीमद्भागवतात विविध इंद्रिये कशासाठी आहेत, याचे वर्णन करताना 'वाणी गुणानुकथने श्रवणौ कथायाम् ।' असे सांगितले आहे. परमेश्वराने जीभ दिली आहे ती त्याचे गुणसंकीर्तन करण्यासाठी; परंतु आम्ही परनिंदा व आत्मस्तुतीसाठी जिभेचा दुरुपयोग करतो. खोटे बोलणार नाही हा निर्धार केला पाहिजे, तसेच आहारदेखील सीमित असला पाहिजे. जिभेचा जितका जास्त उपयोग भगवंताच्या गुण व नामसंकीर्तनासाठी होऊ शकेल तितका तो केलाच पाहिजे. असे जमत नसेल, तर किमान मौन ठेवले पाहिजे.

जो स्वतःच्या गुणांची वाढ करण्यासाठी व परमेश्वराशी एकरूप होण्यासाठी झटतो, त्याला ब्राह्मण म्हणावे. गुरुजींनी ज्याला ब्राह्मण म्हटले आहे, त्याला जर आपण साधक म्हटले; तर साधकात कोणते गुण असावे लागतात, याचेही मार्गदर्शन आपल्याला मिळेल. जन्माने ब्राह्मण असलेल्याला 'खरा ब्राह्मण' होण्यासाठी काय करावे लागेल, हे या पदातून कळते.

श्रीगुरू नानकदेवांनी जानवे किंवा यज्ञोपवित कसे असावे, याबाबत व्यक्त केलेले मत अभूतपूर्व आहे. ते म्हणतात, **'दइया कपाह संतोखु सुतु जतु गंढी सतु वटू ।।'** दयारूपी कापसाचे संतोषरूपी सूत बनवावे आणि त्याला सत्याचा पीळ देऊन संयमाची गाठ बांधावी. गुरुदेव म्हणतात— असे जानवे तुटत नाही, मळत नाही, जळत नाही. असे जानवे आपण घालतो का, ही विचार करण्यासारखी बाब आहे.

ब्राह्मण कोणाला म्हणावे, याबाबत श्रीगुरू अर्जुनदेव 'सुखमनी'त म्हणतात :

'सो पंडितु जो मनु परबोधै ।। राम नामु आतम महि सोधै ।।
राम नाम सारु रस पीवै ।। उसु पंडितु कै उपदेसि जगु जीवै ।।
हरि की कथा हिरदै बसावै ।। सो पंडितु फिरि जोनि न आवै ।।
बेद पुरान सिम्रिती बूझै मूल ।। सूखम महि जानै असथूलु ।।
चहु वरना कउ दे उपदेसु ।। नानक उसु पंडित कउ सदा अदेसु ।।'

जो स्वत:च्या मनाला उपदेश करतो, स्वत:च्या अंत:करणात राम शोधतो; त्याला ब्राह्मण म्हणावे. सर्व वेद, शास्त्रे, श्रुती, स्मृती यांचे सार असलेले नाम जपण्यात ज्याला आनंद मिळतो, अशा ब्राह्मणाच्या उपदेशाचा जगाला लाभ होतो. जो परमेश्वराच्या गुणसंकीर्तनात रमलेला असतो, त्याला पुन्हा जन्म घ्यावा लागत नाही. वेद, श्रुती, स्मृती, पुराण यांचा मूलाधार असलेला परमात्मा ज्यांनी जाणलेला असतो आणि जो सूक्ष्म प्रभूत स्थूल जगत बघू शकतो, असा ब्राह्मण चारी वर्णांना उपदेश देतो. अशा ब्राह्मणाला माझा नमस्कार असो.

मनुष्य जन्माला येतो, तेव्हा तो शूद्रच असतो; संस्कारांनी तो ब्राह्मण होतो, असे गीता सांगते. 'जन्मना जायते शूद्र: । संस्कारात् द्विज उच्चते ॥' असे भगवान श्रीकृष्णांचे वचन आहे. महत्त्व आहे ते संस्कारांना, मिळविलेल्या ज्ञानाला, केलेल्या कर्माला. जो सत्याचरणी वा धर्माचरणी नाही, त्याने ब्राह्मण जातीत जन्म घेतलेला असला तरी तो खऱ्या अर्थाने ब्राह्मण नाही. 'परोपदेशे पांडित्यम् ॥' ही कल्पना श्रीगुरू अर्जुनदेवांना मान्य नाही. 'आधी केले मग सांगितले' ही वृत्ती गुरुजींना अपेक्षित आहे. म्हणून ते म्हणतात, **'सो पंडितु जो मनु परबोधै ।।'** स्वत:च्या मनाला बोध करणारा, स्वत:चे आचरण शुद्ध-पवित्र-स्वच्छ करणारा, स्वत:ला नैतिक दृष्ट्या, आध्यात्मिक दृष्ट्या उन्नत करणारा 'सो पंडितु' असतो. 'य: क्रियावान् स पण्डित :।' असे गीता सांगते. सत्कर्म करणारा खरा पंडित, ब्राह्मण असतो. मनात रामनाम दृढ करणारा, अंत:करणात परमेश्वराला शोधून जन्म सार्थक करणारा, वेद-शास्त्र - श्रुती-स्मृती यांतील तत्त्वांप्रमाणे वागणारा खरा ब्राह्मण असतो. जो इतरांसाठी झटतो, इतरांना सत्कर्मासाठी प्रेरित करतो, त्याला ब्राह्मण म्हणावे. सन्नीती व सद्वासना हे ज्याचे जीवनाधार असतात, असा सदाचारी ब्राह्मण म्हणण्याच्या योग्यतेचा असतो. जो हरिकीर्तनात रमलेला असतो, जीव-जगत् व जगदीश्वर यांच्यातील एकत्व ज्याच्या अनुभवाला आलेले असते; अशा ब्राह्मणाला पुन्हा जन्माला यावे लागत नाही. **'सुखम् महि जानै असथूलु'** या गुरुजींच्या शब्दांनी ईशावास्योपनिषदातील 'यस्तु सर्वाणि भूतानि आत्मन्येवानुपश्यति ।' हा मंत्र आठवला. सूक्ष्मात स्थूल पाहणे व जगात जगदीश्वर बघणे ही फार मोठी बाब आहे,

जी आपल्या आवाक्याबाहेरची आहे.

गुरुजी सांगतात ती खरी ब्राह्मणी वृत्ती आहे. कट-कारस्थाने करणे, इतरांना हीन लेखणे, केवळ स्वार्थाचा विचार करणे, इतरांच्या दु:खात आनंदी होणे— अशी हीन वृत्ती हे ब्राह्मण्य असू शकत नाही. ब्राह्मण्य हे बुद्धिवैभव आहे, शुद्धाचरण आहे, परोपकार आहे. ज्ञानसंचय आहे. जन्माने ब्राह्मण असलेले या वृत्तीचे असतील, तर ते वंदनीय ठरतील.

कबीरजींचे मृत्यूबद्दल विचार -

कबीरांनी खालील श्लोकात एक मूलगामी विचार मांडला आहे.

'कबीर मरता मरता जगु मूआ मरि भी न जानिआ कोइ । ऐसी मरने जो मरै बहुरि न मरना होइ ।।' जगात खूप जण मरतात, तरीही मरण्याचे रहस्य कोणी जाणले नाही. 'मृत्यूपूर्वी' कामना व षड्विकार कोणी संपवू शकले, तर तो मुक्त होईल.

कबीरजी आणखी एका श्लोकात म्हणतात, **'कबीर सोई मारीऐ जिह मूऐ सुखु होई ।।'** अहंकाराला मारले पाहिजे, जो मारण्याने सुख लाभेल. जगातील कोणतीही वाईट बाब नष्ट झाली तर चांगले झाले, असेच लोक म्हणतात. वाईट झाले, असे कोणी म्हणत नाही. अमर्याद कामना आणि षड्विकार हे माणसाचे शत्रू आहेत. पण आपले दुर्दैव असे आहे की, हे शत्रू आम्हाला शत्रूच वाटत नाहीत. हे शत्रू न वाटण्याने ते संपविण्याचा प्रयत्न केला जात नाही.

एका श्लोकात कबीरजी तळमळून सांगतात, **'कबीर प्रीति इक सिउ कीए आन दुबिधा जाइ ।।'** देवावर प्रेम केले, तर आमची द्विधा मन:स्थिती संपेल. विवेक प्रबळ होईल. हिताचे काय आहे, हे उमगेल. मोहनिद्रा संपेल. जीवन सार्थकी लागेल. ते आणखी एका श्लोकात सांगतात, **'राम पदारथु कबीरा गांठि न खोल ।।'** परमश्वेराशी प्रेम जडले की, प्रेमगाठ सोडू नये. गीतेतही भगवंताने 'नित्ययुक्ता' हा शब्द वापरला आहे. जो भगवंताशी कायमचा जोडलेला आहे, त्यालाच ईश्वरकृपेचा लाभ मिळतो. विजेचाही लूज कॉन्टॅक्ट असेल, तर प्रकाश मिळत नाही. भगवंताशी लूज कॉन्टॅक्ट कसा लाभदायी ठरेल?

प्रयत्नपूर्वक, जिद्दीने, न कंटाळता, न थकता षड्विकार संपविले पाहिजेत; तरच माणसाची आध्यात्मिक प्रगती होईल. तुकाराममहाराजही 'कामक्रोध पडिले पहाड । राहिला नारायण पलीकडे ॥' असे म्हणतात. काम-क्रोध संपविणे हे मरण्यापूर्वीचे मरण आहे. हे मरण ज्याला मरता येते, त्याचे जीवन सार्थकी लागते. असे मरण मरण्याची आमची तयारी नसते. आमच्या कामना संपत नाहीत. समोर

मृत्यू उभा असला, तरी आमचा जीव कशात तरी अडकलेलाच असतो; म्हणून 'मृत्यू नको' असे आम्हाला वाटते. मृत्यूची भीतीही आम्हाला वाटत असते. कबीरजीसारख्यांना मृत्यूची भीतीच नसते, कारण त्यांच्या कामना संपलेल्या असतात. म्हणून ते म्हणतात, **'कबीर जिसु मरने ते जगु डरै मेरे मन आनंदु । मरने ही ते पाईऐ पूरनु परमानंदु ।।'** ज्या मृत्यूला लोक घाबरतात, त्या मृत्यूमुळे मला आनंद होतो; कारण मृत्यूनंतर मी परमात्म्याशी एकरूप होणार असतो. वस्तुतः कबीरांसारखे संत मनाने परमात्म्याशी एकरूपच झालेले असतात. ते शरीरात असतात, म्हणून देवापेक्षा वेगळे असतात. शरीर सुटले की त्यांचे चित्त चैतन्याशी एकरूप होते, म्हणून त्यांना मृत्यू हा मुक्तीचा सोहळा वाटतो. त्यांना मृत्यूचे दुःख होत नाही.

कबीरजी सांगतात, **'कबीर मानस जनमु दुलभु है होइ न बारैबार । जिउ बन फल पाके भुइ गिरहि बहुरि न लागहि डार ।।'** मनुष्यजन्म दुर्लभ आहे. तो पुनः पुन्हा मिळत नाही (मिळालेला जन्म सार्थकी लावला पाहिजे). झाडाचे फळ जसे एकदा जमिनीवर पडले की झाडाला पुन्हा चिकटत नाही, तसे मनातील षड्विकार एकदा मारले की ते पुन्हा माणसाला चिकटत नाहीत; म्हणून ते मारलेच पाहिजेत. ते जर मारले नाहीत, तर मिळालेला मनुष्यजन्म व्यर्थ ठरतो; जो पुन्हा मिळत नसतो.

'मनुष्य जन्म पुनः पुन्हा मिळत नाही, असे संत अनेकदा का सांगतात?' असा प्रश्न एकदा माझ्या मनात आला होता. तेव्हा मला लक्षात आले की, ही बाब मला माहीत असतानाही माझ्या आचरणात आजवर बदल झालेला नाही. मनुष्यजन्माचे सोने करण्याची इच्छादेखील माझ्या मनात अद्याप निर्माण झालेली नाही; त्या दृष्टीने प्रयत्न करणे तर दूरच राहिले. म्हणून संतांना तीच बाब पुनः पुन्हा सांगण्याचे कष्ट घ्यावे लागतात.

मनाचा वसंत -

माणूस हा जगात राहत असतो आणि आपल्या मनातही रमलेला असतो. म्हणूनच बाह्य परिस्थितीचा मनावर जसा परिणाम होतो, तसाच त्याच्या आंतरिक स्थितीचाही परिणाम वागण्यावर होत असतो. म्हणूनच बाहेर कोजागरी पौर्णिमेचा चंद्र जरी आकाशात असला, तरी एखाद्याच्या मनात किर्र अंधार दाटलेला असू शकतो. याच्या उलट स्थितीही शक्य आहे. बाहेर अमावास्येची काळी रात्र असतानाही एखाद्याच्या मनात चांदणे फुलू शकते. वसंत ऋतूत झाडांना टवटवी येते. पाने, फुले बहरतात. या काळात वनराईने जणू स्वतःच्या सौंदर्याचे प्रदर्शनच मांडलेले असते.

निसर्गाच्या या दिवाळीतही एखादा मनुष्य खिन्न राहू शकतो. माणसाची ही प्रवृत्ती श्रीगुरू अमरदासांनी टिपली आहे. त्यांचे हे पद वसंत रागात गायले जाते.

तिनि बसंत जो हरि गुण गाइ । पुरै भागि हरि भगति कराइ ।।१।।
इसु मन कउ बसंत की लगै न सोई । इहु मनु जलिआ दूजै दोइ ।।रहाउ।।
इहु मनु धंधै बांधा करम कमाइ । माइआ मूठा सदा बिललाइ ।।२।।
इहु मनु छूटै जां सतिगुरु भेटै । जम काल की फिरी आवै न फेटै ।।३।।
इहु मनु छूटा गुरि लीआ छडाइ । नानक माइआ मोहु सबदि जलाइ ।।४।।

जे देवाचे गुणगान करतात, त्यांच्यात मनात वसंत फुलतो. ज्यांच्याकडून परमेश्वर भक्ती करवून घेतो, तेच भाग्यवान असतात. त्याच्या मनाला वसंत स्पर्शतदेखील नाही; जो आप-पर, सुख-दु:ख अशा द्वंद्वात अडकलेला असतो. मायेच्या पाशात अडकलेले व केवळ स्वार्थप्रेरित कर्मेच करणारे दु:खी असतात. ज्याला गुरूंची प्राप्ती होते, तो मोहबंधनातून मुक्त होतो व त्याला मृत्यूचीही भीती वाटत नाही. केवळ गुरुकृपेनेच माणसाचे मन मोहमुक्त होऊ शकते. गुरूंच्या उपदेशाप्रमाणे वागण्यानेच मनुष्य मायेचे बंधन संपवितो.

काही माणसे नेहमीच सचिंत दिसतात. बहुतांश माणसे दु:खी, कष्टी, चिंताग्रस्त दिसतात. सुखांचा वर्षाव करणारा परमात्मा जगात असताना आपण दु:खी असतो, कारण आपले लक्षच परमात्म्याकडे नसते. ज्ञानेश्वरमहाराजांनी एका वेगळ्या संदर्भात एक छान उदाहरण दिले आहे. ते सांगतात— जमिनीत सुवर्ण मोहरा पुरल्या आहेत याचे ज्ञान नसणारे त्याच जमिनीवर बसून भिक्षा मागतात. कृपाघन परमात्मा खंबीरपणे माझ्या पाठीशी उभा आहे, असा अढळ विश्वास असणारी माणसे दु:खी-कष्टी नसतात. लालसा जितक्या अधिक, तितके दु:ख अधिक असते. याउलट गरजा खूप कमी असल्या की, सुख लाभते.

सद्गुरू स्वामी वरदानंद भारती नेहमी प्रसन्न असत. त्यांच्या सहवासात प्रसन्नता लाभे. कितीही चिंता-ताण-दु:ख मनात असले, तरीही त्यांच्या सहवासात या सर्व बाबींचे विस्मरण होई. त्यांच्यातील अखंड, अमर्याद आनंद आपल्यात संक्रमित होतो आहे, असे वाटे. दु:खाचे-क्लेशांचे प्रसंग त्यांच्यावर कधीच आले नाहीत असे नाही. पण परिस्थिती कशीही असली तरी त्यांच्या मनातील वसंत कधीच ओसरत नसे, कारण नामरसपानाचा तो प्रभाव असे. '**तिनि बसंत जो हरिगुण गाइ ।।**'चे मूर्तिमंत उदाहरण सद्गुरू स्वामी होते.

याउलट, स्वार्थांध-वाईट कामे करणारी माणसे कधीच प्रसन्नचित्त नसतात, कारण त्यांचे मन सदा स्वार्थलोलुपतेत बुडालेले असते. अनेक डगरींवर हात

ठेवणारी माणसेही सुखी नसतात, समाधानी नसतात. हे करू, का ते करू— या कायम चिंतेत अशी माणसे स्वत:चे समाधान घालवितात. आनंदसागरात जरी अशी माणसे बुचकळून काढली, तरी त्यांच्या चेहऱ्यावरची सुरकुती थोडीशीही कमी होत नसते. 'अशान्तस्य कुतः सुखम्'। असे म्हटले जाते. कामवासना प्रबल असणारी माणसे समाधानी नसतात. व्यसनी माणसे व्यसनपूर्तीसाठी तडफडतात. बाहेर फुललेल्या वसंताचा प्रभाव अशा माणसांवर पडत नसतो. मनातील द्वंद्व न सरलेल्यांना, मायेच्या पाशात अडकलेल्यांना आत्मिक प्रफुल्लतेचा स्पर्शही होत नाही; कारण त्यांचे मन आनंद भोगण्याच्या अवस्थेत नसते. म्हणून गुरुजी म्हणतात, **'इसु मन कउ बसंत कीं लगै न सोइ ।'** आकाशात सुंदर इंद्रधनुष्य असले, तरी त्याचा आनंद घेण्यासाठी अनुकूल मन असावे लागेल ना? रिमझिम पडणाऱ्या पावसाचा, खुललेल्या सांजरंगांचा, दूरवरून येणाऱ्या बकुळीच्या सुगंधाचा आनंद टिपण्यासाठी भावकोमल मन असावे लागते. 'माझे-तुझे' करण्यातच ज्यांचे मन कायम हरवलेले असते, अशांच्या जवळून आनंद देणारा निर्झर वाहत असला तरी त्याचा काही उपयोग नसतो. पं. भीमसेन जोशींचे गाणे ऐकून काय लाभ? मला दोन रुपये तरी मिळणार आहेत का?' असे म्हणणारे नतद्रष्ट असतात. स्मशानात गेले तरी ज्यांचे व्यापारी सौदे थांबत नाहीत, त्यांना दु:ख केव्हा होईल? आनंद केव्हा मिळेल? नतद्रष्टांना हरिप्रसाद चौरसियांची बासरी कशी मोहवू शकणार?

कुठे तरी माणसाचे मन मोहरून आले पाहिजे. स्वार्थाच्या पलीकडेही या जगात खूप काही चांगले आहे, याची जाणीव झाली पाहिजे. केवळ स्वार्थ, स्वार्थ आणि स्वार्थ इतके सीमित जगणे, हे जगणेच नाही. एकदा वेरूळचे कैलास लेणे बघताना 'वेस्ट ऑफ टाइम' म्हणणाऱ्या एका गलेलठ्ठ श्रीमंताचे उद्‌गार ऐकून विषण्ण झालो होतो. माणसे किती अरसिक असतात! नायगाराचा धबधबाही ज्यांना नेत्रसुख वा तृप्तीचा ओलसर स्पर्श देत नाही, अशा माणसांची कीव केलेली बरी. अशा लोकांसाठी गुरुजींनी **'इहु मन धंधै बांधा करम कमाइ । माइआ मुठा सदा बिललाइ ।।'** असे म्हटले आहे. स्वार्थांध कधीच सुखी होत नाहीत, कारण त्यांची हाव संपत नाही. स्वार्थापलीकडे काही आहे, हे ते जाणत नाहीत. शास्त्रोक्त संगीताचे भलेही ज्ञान नसेना का, पण बिस्मिल्ला खाँची सनई क्षणभर का होईना ऐकावी असे ज्याला वाटत नाही; तो कसला माणूस?

परमेश्वराच्या भक्तीत तल्लीन झालेल्या मीराबाई, सूरदास यांच्यासारखे महात्मे आनंदाचे अवीट कंद असतात, हे सत्य आहे. पण वैज्ञानिक प्रयोगात रमणारे, स्वकर्मात जीव ओतणारे, गायन-वादनात एकरूप झालेले, समाजसेवेत

देहभान विसरणारे, देशभक्तीसाठी प्राणांची आहुती देण्याची तयारी असणारे कायम आपल्या मस्तीत-धुंदीत जगत असतात. बाहेर वसंत असो वा नसो— यांच्या मनातला वसंत कधी ओसरतच नसतो. **'बसंत चडिआ फूली बनराइ । एहि जीअ जंत फूलहि हरि चितु लाई ।।'** हे जरी खरे असले तरी निष्काम कर्म करणारी माणसेही याच योग्यतेची असतात. देश स्वतंत्र व्हावा म्हणून स्वत:चे बलिदान देणारे भगतसिंग, राजगुरू हे ज्ञानदेव, तुकारामाइतकेच वंदनीय आहेत.

श्रीगुरू नानकदेवांनी म्हटले आहे, **'रुति आईले सरस बसंत माहि । रंगि राते रवहि सि तेरै चाइ ।।'** देवा, तुझ्या प्रेमात रंगलेल्यांसाठी वसंत ऋतू असतो. जे तुझ्या स्मरणात असतात, ते सदा प्रफुल्लित असतात. हिमालय तुडविण्याची शक्ती ज्यांच्या पायांत असते, तेच 'फुलोंकी घाटी'तील फुलांचे सौंदर्य उपभोगू शकतात. स्वकर्मात, देशप्रेमात, समाजसेवेत व ईशभक्तीत रंगलेलेच **'रंगि राते रवहि सि तेरै चाइ।।'** हा आनंद लुटू शकतात. श्रीगुरू अमरदासांनीही हाच विचार असा मांडला आहे : **'बनसपति मउली चड़िआ बसंतु । इहु मन मउलिआ सतिगुरू संगि ।।'** वसंत ऋतूत जशी झाडे बहरतात, त्याचप्रमाणे गुरू-सान्निध्यात मन बहरते. आणखी एका पदात ते म्हणतात- **'माइआ मोहु सबदि जलाए । मनु तनु हरिआ सतिगुर भाए ।।'** गुरू-उपदेशाने माया-मोह जळतो व मन आध्यात्मिक आनंदाने ओसंडून जाते.

मन प्रफुल्लित असणे, हा मनाचा वसंत आहे. मन प्रफुल्लित असेल, तर मनुष्य जे काम करेल, ते पूर्ण कौशल्याने करेल. त्याला कामाचाही आनंद मिळेल व तो सुखीही होईल. म्हणून मन प्रसन्न करणे आवश्यक असते. अनुभवी संत सांगतात की, ईशभक्तीतच मन सर्वाधिक प्रसन्न असते. त्यामुळे ईशभक्तांच्या अंत:करणातील वसंत कायम फुललेला असतो. श्रीगुरू अंगददेवांनी या संदर्भात मांडलेला एक विचार उल्लेखनीय आहे. ते म्हणतात, **'नानक तिना बसंतु है जिन घरि वसिया कंतु । जिन के कंत दिसापुरी से अहिनिसि फिरहि जलंत ।।'** ज्या जीवात्मारूपी स्त्रियांच्या घरी पतिरूपात प्रभू विराजमान आहेत, त्यांच्यासाठी रोजच वसंत असतो; पण ज्यांचे पती बाहेरगावी गेले आहेत, त्यांना विरहाग्नीत रात्रंदिवस जळण्यावाचून पर्याय नाही. ज्यांच्या अंत:करणात भक्तिभाव आहे, त्यांच्या मनी सदा वसंत आहे आणि ज्यांच्या अंत:करणात भक्तिभाव नाही, त्यांच्या मनात हव्यासांच्या वणव्याचा वैखाख आहे.

भाई मरदानांचा विचार -

'मरदाना' हे श्रीगुरू नानकदेवांचे सेवक होते. धर्मप्रचाराच्या कामात ते

गुरुदेवांना मदत करत. गुरुदेवांनी स्वत:ची नाममुद्रा वापरण्यास त्यांना संमती दिली होती. भाई मरदाना यांचा अंतिम संस्कार गुरुदेवांनी आपल्या हाताने केला आहे. भाईंचे तीन श्लोक गुरुवाणीत समाविष्ट आहेत. भाईंच्या विचारांचा स्वाद घेतल्याशिवाय गुरुवाणीचा परिचय पूर्ण होणार नाही, असे वाटते. एका श्लोकात भाई म्हणतात : **'कलि कलवाली कामु मदु मनुआ पीवणहारू । क्रोध कटोरी मोहि भरी पिलावा अहंकारू । मजलस कूडे लब की, पी पी होइ खुआरू । करणी लाहाणि सतु गुडु, सचु सदा करि सारू । गुण मंडे करि सीलु घिउ, सरमु मासु आहारू । गुरूमुखि पाईए नानका खाधै जाहि बिकारू ।।१।।'**

कलियुगात काय होईल याची वर्णने अनेक प्राचीन ग्रंथांत आहेत. भाई मरदानांनीही कलियुगातील माणसाचे वर्णन केले आहे. ते म्हणतात की, कलियुगातील मनुष्यस्वभाव हीच जणू दारू तयार करण्याची भट्टी आहे. या भट्टीतून कामवासनेची दारू तयार होते. मन ही दारू पिते. मन हा मोहाने ओतप्रोत भरलेला क्रोधाचा कटोरा आहे. अहंकार दारू पाजणारा आहे. खोटारड्या आणि धोकेबाजांची मैफल जमली आहे, ज्यात बसून मन ही दारू पिऊन दु:खी होते. या वस्तुस्थितीच्या पार्श्वभूमीवर भाई मरदाना सांगतात : शुभ कर्मांना दारूची भट्टी बनवा, ज्यात सत्याचा गूळ घाला आणि ईश्वराच्या नामाची दारू बनवा. गुणांच्या पोळ्या बनवा. त्यांना शांत स्वभावाने तूप लावा. असे भोजन गुरू-सान्निध्यामुळे लाभते, जे खाल्ल्यामुळे सर्व विकार संपतात.

श्रोत्याला समजणारी भाषा बोलावी लागते. भाई मरदानांचे तसेच झाले असावे. 'जिव्हा आणि शिश्न' या दोन इंद्रियांमुळे कलियुगात उच्छाद मांडला जाईल, असे वर्णन गुरुचरित्रात आहे. भाई मरदानाही तशाच पद्धतीत बोलत आहेत. दारूमुळे मनुष्य मतिभ्रष्ट होतो, त्याचे भान हरपते; म्हणून भाईंनी दारूचे उदाहरण दिले असावे. 'कामातुराणाम् न भयम् न लज्जा ।' असे म्हटले जाते. कामवासनेची दारू माणसाला विवेकभ्रष्ट बनविते. काम, क्रोध, लोभ, मोह, मद, मत्सर हा सगळा दारूगोळा माणसाला उद्ध्वस्त करणारा आहे. षड्विकारांचे दास स्वत:चे आयुष्य कलंकित करतात. हे विकारी लोक नाना तऱ्हेच्या आपत्ती स्वत:वर ओढवून घेतात. हे लोक स्वत:ही दु:खी असतात, इतरांचेही जीवन दु:खी करतात. खोटारडे, दांभिक, फसवेगिरी करणारे जर सभोवती असतील, तर ऱ्हास अधिक गतीने होतो.

मनुष्यस्वभावातील ही उणी बाजू हेरून भाई म्हणतात, 'शुभ कर्मांचा संकल्प करा. सत्यनिष्ठा हा जीवनाचा अविभाज्य घटक बनवा व नामामृताचे पान करा; तरच तुमचा उद्धार होईल.'

***

प्रकरण ११ वे

मुंदावणी

श्रीगुरू ग्रंथ साहिबच्या शेवटी समाप्तीचे एक पद आहे, ज्याला पंजाबी भाषेत 'मुंदावणी' असे म्हणतात. पद असे आहे :

'थाल विचि तिंनि वसतू पईओ सतु संतोखु वीचारो ।
अंम्रित नातु ठाकुर का पइओ जिसका सभसु अधारो ।
जे को खावे जे को भुंजै तिस का होइ उधारो ।
एह वसतु तजी नह जाई नित नित रखु उरिधारो ।
तम संसारु चरन लगि तरीए सभु नानक ब्रहम पसारो ।।'

एका ताटलीत सत्य, संतोष आणि विचार या तीन वस्तू आहेत; ज्यांचा आधार देवाचे अमृतमय नाव आहे. या तीन वस्तू चित्ती असणाऱ्याचा उद्धार होतो. या वस्तूंचा त्याग करता येत नाही. या वस्तू नित्य आचरणात असल्या की, त्या तारक ठरतात. या अंधकारमय जगतात हे प्रभू, तुमचे चरणकमळच तारक आहेत.

प्रभुकृपा झाली, तरच ब्रह्मज्ञान होते. सत्य, संतोष आणि विचार ज्या थाळीत आहेत, ती थाळी गुरुवाणी आहे. गुरुवाणीच्या आरंभी असलेल्या जपुजी साहिबमध्ये **'सुणिऐ सतु संतोखु गिआनु!'** असे श्रीगुरू नानकदेवांनी म्हटले आहे. श्रवणाने, सत्य, समाधान व ज्ञान प्राप्त होते. येथे ज्ञान हा शब्द आत्मज्ञान नसून माहिती या अर्थाचा आहे. श्रवणामुळे पुष्कळ माहिती कळते. चित्ताला समाधान वा प्रसन्नता लाभते आणि सत्यस्वरूप परमात्म्याचे दर्शन घडते. श्रीगुरू नानकदेवांनी **'माता मति पिता संतोख सतु भाई करि एहु विसेखु ।।'** असेही म्हटले आहे. सत्य, संतोष आणि ज्ञान हा संपूर्ण गुरुवाणीचा केंद्रबिंदू आहे. सत्य हा शब्द गुरुवाणीत खूपदा येतो. उदा.– **'साचा साहिबु साचु नाउ ।'** परमात्माही सत्य आहे, त्याचे नावही सत्य आहे. गुरूही सत् स्वरूप आहेत. सत्य हा शब्द त्रिकालाबाधित सत्य व समस्त प्राणिमात्रांच्या कल्याणाचे साधन या दोन्ही अर्थांनी घेता येतो. समस्त प्राणिमात्रांच्या

कल्याणाचेच काम परमात्मा करतो. साधक सत्य बोलणारा व सत्याचरणी असला पाहिजे. त्याच्या वाणी वा करणीत खोटेपणा-दांभिकता असेल, तर तो देवाला प्रिय होत नाही.

सत्य काय आहे, याचा विचार जो मनुष्य सतत करेल, त्याचे कल्याणच होईल. आम्ही अनेकदा व्यवहारातील सत्यही समजून घेण्याचा प्रयत्न करत नाही. कधी कधी तर आम्ही जसा विचार करतो वा जसे वागतो, तेच सत्य आहे असे मानतो वा भासवतोही. उदा.— आरोग्य ठीक नसताना ते ठीक आहे हे भासविणे, आर्थिक ऐपत नसतानाही ती आहे असे भासविणे. अशा वागण्याने आम्ही स्वत:चीच हानी करवून घेतो, याचेही आम्हाला भान नसते. व्यवहारातलेही सत्य समजून घेणे कल्याणाचे असते; भलेही आरंभी ते दु:खद असेल, अप्रिय वाटेल.

माझ्या हिताचे काय आहे, कल्याणाचे काय आहे, हे सत्य समजून घेणे आवश्यक असते. लाभदायक असते. तसेच स्वत:चे दोष, उणिवा समजून घेणेही फायदेशीर असते. कारण दोष समजले, तरच ते दूर होण्याची शक्यता असते.

सत्याचे महत्त्व ज्ञानेश्वरमहाराजांच्या एका उद्‌गारावरून लक्षात येते. संपूर्ण ज्ञानेश्वरीत स्वत:च्या साधनेबद्दल त्यांनी काढलेला हाच एकमेव उद्‌गार आहे. ते म्हणतात, 'सत्य बोलण्याचे तप मी अगणित कल्प केले आहे.' सत्य बोलण्याच्या तपामुळेच गीतेचे भाष्य लिहिण्याचा त्यांना अधिकार प्राप्त झाला. आम्ही किती खोटे बोलतो, याचाही कधी विचार करत नाही. हे खोटे बोलणे आवश्यक होते का; योग्य होते का, याचाही विचार करत नाही. आमच्या आचरणात जितके जास्त सत्य असेल, तितके अधिक आम्ही भगवंताजवळ असू; कारण परमात्मा सत्यस्वरूप आहे.

आम्ही एक तर आत्मगौरवात बुडालेलो असतो किंवा स्वसमर्थनात तरी रमलेलो असतो, त्यामुळे सत्यापासून दूर असतो. फळातील गर मिळण्यासाठी फळाची टरफले जशी काढून टाकावी लागतात, तशी असत्याची टरफले काढून टाकल्याशिवाय सत्यस्वरूप परमात्मा जाणवत नाही.

समाधान ही अंत:करणातील भावना असते. पण आम्ही समाधान बाहेर हुडकतो. ते बाहेर कधीच मिळत नसते. 'कस्तुरी मृगा'सारखी आमची अवस्था असते. समाधान हे मानावे लागते. आहार, उपभोग, धन, सत्ता, संपत्ती या सगळ्याच बाबतींत समाधान मानावे लागते. समाधानी माणसालाच सुख मिळते. असमाधानी माणूस अशांत असतो. कितीही मिळाले तरी माणसाला कमी वाटू शकते व तो दु:खी होऊ शकतो. जेवढे मिळाले आहे ती भगवंताची कृपा आहे, असे

मानणारे समाधानी असतात. विचारानेच समाधान लाभते. अविचारी माणसे असमाधानी असतात. मिळणारे सुख-दुःख हा भगवंताच्या इच्छेचा परिणाम आहे असे मानले, तर समाधान लाभतेच.

समाधान मानणे व समाधानी असणे यात सूक्ष्म फरक आहे. आरंभी समाधान मानावे लागते, नंतर समाधानी असणे ही वृत्ती विकसित करावी लागते वा ती होते. चित्ताची 'सम' - 'धा'रणा समाधान देणारी असते. सुख येवो वा दुःख— आपण जर अविचलित राहू शकलो, तर चित्ताचे समाधान अखंड-अभंग राहील. आपण कसे आहोत याचे सुंदर वर्णन ज्ञानेश्वरमहाराजांनी एका वेगळ्या संदर्भात केले आहे. ते म्हणतात, आपण चिखलासारखे आहोत. वारा आला की वाळतो, थेंबभर जरी पाणी पडले तरी विरघळतो, पातळ होतो. सुख-दुःख वा सर्वच द्वंद्वे या लाटा आहेत. त्या जशा निर्माण होतात, तशाच त्या लयालाही जातात. जगात (परमात्मा सोडला तर) काहीच कायम स्वरूपाचे नाही, हा विचार समाधान मिळविण्यासाठी-टिकविण्यासाठी उपयुक्त असतो. समाधान मिळविणे ही साधना असते. द्वंद्वांच्या प्रभावापासून आपण स्वतःला जेवढे मुक्त ठेवू शकू, तेवढे अधिक समाधान आम्हाला लाभते. तसेच जे सर्व घडते, ते परमात्म्याच्या इच्छेनेच घडते, त्यामुळे स्वीकारण्यात आमचे हित आहे, हा विचारही समाधान देणारा-टिकविणारा असतो. स्वतःच्या अट्टाहासापोटी, उतावळेपणापोटी आम्ही दुःखी होतो. अट्टहास, आसक्ती, उतावळेपणा सोडण्याने समाधान लाभते. सत्य आणि विवेकाच्या संपुटात समाधान असाते.

सत्यस्वरूप परमात्मा जाणणे, हे जीवनाचे लक्ष्य असावे. लक्ष्यप्राप्तीची साधना विवेकाने ठरवावी. ऐहिकात जे मिळते आहे, त्याबाबत समाधान असावे. असे घडू शकले, तरच लक्ष्यप्राप्ती शक्य आहे.

विचारानेच स्वदोषांचे निर्मूलन केले जाते. आत्मज्ञानासाठी जे गुण आवश्यक आहेत, ते गुण विचाराने-निर्धारानेच विकसित केले जातात. थोडक्यात, विचाराने स्वतःत आवश्यक ते बदल घडवून आणले, तर परत्म्याचे दर्शन घडू शकते. तसेच विचारानेच समाधान लाभते. बुद्धीत आणि आचरणात सत्य असावे. शरीर, मन आणि बुद्धीला समाधान लाभावे. कृतीपूर्वी, कृती करताना आणि कृतीनंतरही ही कृती स्वहिताची व परघातक नाही ना— असा विचार करावा. या त्रिसूत्रीने यश लाभते व आयुष्य सार्थकी लागते. विचार हा शब्द उच्चारताच 'आत्मानात्म विचार' हे समर्थ रामदासांचे शब्द आठवतात. आत्मा कसा आहे व अनात्मा काय आहे याचा सातत्याने विचार करणे आत्मोन्नतीला पोषक असते.

व्यवहारातही योग्य-अयोग्य, हितावह-सुखकारक, प्रगती घडविणारे-अधोगतीला

नेणारे, याचा विचार करणे लाभाचे ठरते. कठोपनिषदात 'श्रेय आणि प्रेय' हे माणसासमोर नेहमी उभे असते, असे म्हटले आहे. श्रेय-प्रेयाच्या स्वरूपाचा विचार करून काय स्वीकारावे याचा निवाडा करावा लागतो. निर्णय घेणे, हा मानवी जीवनातील एक अविभाज्य भाग आहे. विचारच निर्णयांचा आधार असतो. निर्णय योग्य असला तर यशप्राप्ती, अयोग्य असला तर अपयशाची प्राप्ती, हेच फलित असते. म्हणून प्रपंच असो वा परमार्थ— दोन्हींतही विचार आवश्यकच आहे.

समर्थ रामदासांनी तर 'विवेके क्रिया आपुली पालटावी ।' असे म्हटले आहे. विचार ही व्यक्तीची ओळखही असते. विचारच माणसाला घडवितात वा बिघडवितात. विचार करणे हे मानवाचे एक लक्षण आहे. स्वार्थाचा-भोगांचा विचार न करता, आत्मोन्नतीचा विचार करण्याची सवय लावली, तर निश्चितच काही चांगले घडेल. देव आणि दानव यांच्या मध्यभागी मनुष्य आहे. सुविचार माणसाला देवत्वाकडे नेतो, तर कुविचार दानवत्वाकडे. भगवंताने आम्हाला बुद्धीचे लेणे दिले आहे ते विचार करण्यासाठीच. विचार करायचा का नाही, हे ज्याचे-त्याने ठरवायचे आहे. इतक्या महत्त्वाच्या या तीन बाबी आहेत. **'सतु संतोखु विचार'** या संकल्पनांचा विचार करावा तेवढा थोडा आहे. ही त्रयी आपला ध्यास बनली पाहिजे.

'थाल विची तिनि वसतू पईओ सतु संतोखु वीचारो ।' असे सांगताना आणखी एक मोलाची बाब गुरुजींनी सांगितली आहे, जी अशी आहे : **'अंम्रित नामु ठाकुर का पइओ जिसका सभसु अधारो ।'** सत्य, समाधान व विचाराचा आधार परमात्म्याचे नाव आहे. परमात्म्याचे नाम हा खुणेचा शब्द आहे; जो उच्चारताच दार उघडले जाते, प्रवेश दिला जातो. आधुनिक भाषेत असेही म्हणता येईल की, 'नाम' हा परमात्म्याचा टेलिफोन नंबर आहे, जो फिरविताच त्याच्याशी संवाद होऊ शकतो. 'नाम' ही गुरुकिल्ली आहे, परमात्म्याच्या हृदयकपाटाची.

नामात रमलेला सत्यापर्यंत पोहोचू शकतो. नामात रंगलेल्यालाच समाधान लाभते. तसेच सुविचार करण्याची शक्ती व प्रेरणाही लाभते. म्हणून गुरुजींनी **'अंम्रित नामु ठाकुरका पइओ जिसका सभसु अधारो ।'** असे म्हटले आहे. मोठ्या माणसांचे एक वैशिष्ट्य असते. ते शब्दयोजनाही विचारपूर्वक करत असतात. वरील ओळीत नुसते 'नाम' म्हटलेले नाही, 'अंम्रित नाम ठाकुरका' असे म्हटले आहे. त्याचे नाव आमच्यासाठी अमृत आहे. तसेच तो जसा अमृत म्हणजे अमर आहे, तसे त्याचे नावही अमर आहे— हा अर्थाचा बारकावा मोलाचा आहे. ब्रह्मांडाचा आधार परमात्मा वा त्याचे नामच आहे. त्यामुळे समाधान व विचाराचा आधारही नाम असणे स्वाभाविक आहे.

नामामृत प्राशन करणाऱ्याचा उद्धारच होतो. खरा 'नामधारी' लौकिकात रमत नाही. तो प्रपंचात नामधारीच असतो. गुरुजी म्हणतात, **'एह वसतु तजी नह जाइ ।'** सत्य, समाधान, विवेक (विचार) व नाम यांचा त्याग करणे अनुचित आहे, अहितकारी आहे. नामाच्या आधारावर असलेल्या वरील तीन बाबींमुळेच मानवी जीवन उन्नत होण्याची शक्यता असते. या तीन बाबींमुळेच अज्ञानातून ज्ञानाकडे, अंधारातून प्रकाशाकडे, भोगलालसेतून त्यागाकडे, ऐहिकातून पारलौकिकाकडे माणसाची वाटचाल होऊ शकते. म्हणून या बाबींचा त्याग करता येत नाही. मोह-मायेने भरलेल्या या जगात परमात्म्याचे चरणच तारक आहेत, हेच सत्य आहे. सत्याच्या दर्शनासाठी सद्‌गुरूंचे मार्गदर्शन व नामजप अत्यंत आवश्यक आहे, याचे प्रतिपादन गुरुवाणीत केले आहे.

श्रीगुरू अर्जुनदेवांनी स्वत:चे मनोगत एका श्लोकात व्यक्त करून ग्रंथ पूर्ण केला आहे. ते म्हणतात,

'तेरा कीता जातो नाही मैनो जोगु कीतोई ।
मै निरगुणिआरे को गुणु नाही आपे तरसु पइओई ।
तरसु पइआ मिहरामति होई सतिगुरु सजणु मिलिआ ।
नानक नामु मिलै तां जीवां तनु मनु थीवै हरिआ ।।१।।'

हे प्रभो, तुझी कृती जाणवत नाही. तूच मला सामर्थ्य दिले आहेस. तू दिलेल्या शक्तीमुळेच मी काही (ग्रंथांचे संपादन) करू शकलो. मी गुणहीन आहे. तुलाच माझी दया आली. तुझ्या कृपेने मला सद्‌गुरू लाभले. श्लोकाच्या शेवटच्या ओळीत **'नानक नाम मिलै तां जीवा तनु मनु थीवै हरिआ ।।'** असे गुरुजी सांगतात. जो नामजप करतो, त्याच्या शरीर-मनाला चैतन्याची प्राप्ती होते आणि शरीर-मन बहरून येते. गुरुवाणीचा आरंभ मूलमंत्राने होतो, तर शेवट नामजपाचा लाभ सांगण्याने. असे आदि-अंती नामजपाचे कवच गुरुवाणीतील विचाराला लाभले आहे.

नामसाधना ही एक परिपूर्ण साधना आहे. अन्य साधनांपेक्षा नामसाधनेत काहीही कमी नाही. भगवान श्रीकृष्णांनीही 'मी वैकुंठात राहत नाही, माझे भक्त जेथे माझे नामसंकीर्तन करतात तेथे मी असतो' असे सांगितले आहे. गुरुवाणी वाचताना 'साधू दिसती वेगळाले । परी ते स्वरूपी मिळाले ।।' या वचनाची अनुभूती जागोजागी येते. ज्ञानेश्वर-तुकाराम जे विचार सांगतात, तसेच विचार श्रीगुरू नानकदेव, श्रीगुरू अंगददेव सांगतात. विचारात साधर्म्य आहे, भाषा फक्त वेगळी आहे. मुंदावणीचा श्लोक हा श्रीगुरू ग्रंथ साहिबचा सारांश आहे.

श्रीगुरू अर्जुनदेवांनी गुरुवाणीच्या शेवटच्या श्लोकात **'मै निरगुणिआरे को गुणु नाही आपे तरसु पइओई ।।'** असे म्हटले आहे, हा त्यांचा विनय आहे. पण माझ्याबाबतीत ती वास्तविकता आहे. मी मतिहीन, भक्तिहीन, गुणहीन आहे. परमात्म्याला माझी दया आली आणि त्यानेच गुरुवाणीतील तत्त्वज्ञान जाणून घेण्याची इच्छा माझ्या मनात निर्माण केली. सखोल जरी नसला, तरी किमान विहंगम स्वरूपाचा अभ्यास गुरुकृपेने घडला आहे. पंजाबी भाषेपासून व भक्तिभावनेपासून हजारो मैल दूर असलेल्या माझ्यासारख्या मतिहीन माणसाला श्रीगुरू ग्रंथ साहिबचा अभ्यास करावा वाटला, ही श्रीगुरूंचीच कृपा आहे, असे मी मानतो.

अभ्यासात काही त्रुटी असतील, तर वाचकांनी मला क्षमा करावी.

***

परिशिष्ट

रागमाला

गुरुवाणी विविध रागांत गायिली जाते. संगीत हा ईश्वरापर्यंत जाण्याचा एक मार्ग आहे. ज्या चौसष्ट कलांची निर्मिती परमात्म्याने केली आहे, त्यांपैकी एक कला संगीत ही आहे. सूर हृदयाला भिडतात; भलेही संगीताचे शास्त्र कळो वा न कळो. चित्त शांत होणे, हा संगीताचा परिणाम असतो. मनाची कोमेजलेली कळी संगीताच्या प्रभावामुळे पुन्हा उमलते, म्हणून गुरुवाणी रागदारीत गाण्याची पद्धत अस्तित्वात आली असावी. एकतीस रागांत गुरुवाणीचे गायन केले जाते. गायकाच्या गळ्याची गोडी व साथीला तबला-पेटीची जोडी याचाही श्रोत्यांवर चांगला परिणाम होतो.

श्रीगुरू ग्रंथ साहिबच्या समाप्तीच्या भागात श्रीगुरू तेग बहादूरजींचे श्लोक आहेत, जे जयजयवंती रागात गायिले जातात. जयजयवंती हा राग मारवाड प्रांतातील लोकसंगीतातून शास्त्रीय संगीतात आला आहे. राजांना युद्धात मिळालेले यश जयजयवंती रागात गायिले जात असे. साधना हेही एका अर्थाने एक युद्धच असते— स्वतःच स्वतःच्या दुर्गुणांशी, मोहाशी केलेले. गुरूंची अशी धारणा असावी की— साधक गुरुवाणी वाचत-वाचत, स्वतःच्या आचरणात सुधारणा करत-करत, दुर्गुणांवर मात करत गुरुवाणीच्या शेवटच्या भागापर्यंत येतो. दुर्गुणावर त्याने केलेली मात हा त्याचा विजय आहे. त्यामुळे हा शेवटचा भाग जयजयवंती रागात गायिला जात असावा.

'श्री' हा सायंकालीन राग आहे. दिवसभराचा मानसिक-शारीरिक शीण कमी करण्यासाठी या रागाचा उपयोग होतो. सायंकाळची वेळ मनाला विषण्ण करणारी असते. ही विषण्णता 'श्री' रागाच्या श्रवणाने दूर होते. 'माझा' राग हा लोकसंगीतातून आलेला आहे. गुरूंच्या शुद्ध पंजाबीतील रचना या रागात ऐकताना मनाला लाभणारी निःस्तब्धता शब्दातीत आहे. गौरी राग गंभीर स्वरूपाचा आहे, जो तत्त्वज्ञानाच्या अभिव्यक्तीसाठी उपयुक्त आहे. गुरुवाणीतील सर्वाधिक पदे याच रागात गायिली जातात. गौरीचे विविध प्रकार आहेत. उदा.– गौरी चेती, गौरी बैरंग, गौरी दीपकी इत्यादी.

'आसावरी' हा प्रातःकालीन राग आहे. ब्राह्ममुहूर्तापासून सूर्योदयापर्यंत या रागात गुरुवाणी गायिली जाते. प्रातःकालीन शांत, गूढ मनःस्थितीशी हा राग सुसंगत आहे. गुजरी हा गुजरात प्रांतातील प्रसिद्ध राग आहे. दुपारच्या वेळेस हा राग गायिला

जातो. दुपारच्या वेळेस मनुष्याची मन:स्थिती थोडी गंभीर असते. अशा मन:स्थितीत गंभीर तत्त्वाचे आकलन सुलभतेने घडेल, असा गुरूंचा विचार असावा. 'देव गांधारी' राग सूर्योदयानंतर व मध्यान्हापूर्वी गायिला जातो. गुरुवाणीचा फार थोडा भाग या रागात गायिला जातो. राग 'भयंगरा' मध्यरात्री गायिला जातो. बिहाग रागाशी साधर्म्य असलेला हा राग आहे. मध्यरात्र ही मीलनाची वेळ असते. जीवशीवाच्या मीलनाची गरज पटावी म्हणून या रागाची योजना गुरुवाणीसाठी करण्यात आली असावी. 'वडहंस' हा राग दुपारी वा मध्यरात्री गायला जातो. 'सोरठ' हा देश रागाशी साधर्म्य असलेला राग आहे. हा फार सोपा व आकर्षक राग आहे. मनाला आनंदाचे आवरण देणारा आहे.

'धनश्री' या रागात गुरुवाणीतील सर्व आरत्या म्हटल्या जातात. मनाचा आर्तभाव व्यक्त करण्यात हा राग उपयुक्त आहे. कृतज्ञता व्यक्त करणारा राग असेही या रागाचे वर्णन केले जाते. हा देखील सायंकालीन राग आहे. 'जैतश्री' हा सायंकालीन राग आहे. मनाला आनंद देणारा व मन शांत करणारा हा राग आहे. राजदरबारी स्तुतिपर गीते गाण्याचा प्राचीन व प्रसिद्ध राग 'तोडी' हा आहे. गुरुवाणीतील केवळ सात पदे या रागात गायिली जातात. 'तिलंग' हाही एक सायंकालीन राग आहे. या रागात गायिल्या जाणाऱ्या पदातून, गुरुजींनी परमात्म्याचे स्वरूप व नाममहिमा सांगितला आहे. या रागात गुरुवाणीतील वीस पदे गायिली जातात.

'सुही' हा राग फार प्रसिद्ध नाही. उत्साह देणारा, धीर देणारा, हिंमत वाढविणारा हा राग आहे. उन्हाळ्यात हा राग गाण्याची पद्धत मुस्लिम राजांच्या दरबारात असे. सुही शब्दाचा अर्थ स्त्रीने आपल्यापेक्षा अधिक वयाच्या व्यक्तीसमोर आदराने मस्तक झुकविणे, हा आहे. परमेश्वराबद्दलचा आदर व्यक्त करण्यासाठी या रागात गुरुवाणीतील पदे गायिली जातात. सुही शब्दाचा आणिक एक अर्थ रक्तिमा हा आहे. कुंकू हे जसे स्त्रीचे आभूषण आहे, तसे विनम्रता हे साधकाचे आभूषण आहे. सूर्योदयानंतर व मध्यान्हापूर्वी हा राग गायिला जातो. गुरुवाणीतील एकशे तीस पदे आणि काही श्लोक व 'वार' रचना या रागात गायिल्या जातात. शीख बधूंच्या विवाहसमयी जी पदे गायिली जातात, त्यांपैकी चार लवण फेरेदेखील या रागात गातात.

'बिलावल' हा आनंद व्यक्त करणारा राग आहे. आत्म्याचे परमात्म्याशी होणारे मीलन हा जीवनातील सर्वोच्च आनंद असतो. आनंदाच्या प्रसंगी गाण्याचा हा राग दुसऱ्या प्रहरी गायिला जातो. गुरुवाणीतील एकशे सत्तर पदे या रागात गायिली जतात. 'गौड' हा फारसा प्रसिद्ध राग नाही. बिलावलच्या सुरावटीसह तो गायिला गेला तर माधुरी वाढते. 'रामकली' हा केवळ गळ्यातून नव्हे तर हृदयातून गायचा राग आहे. गुरुवाणीतील तीनशे पदे या रागात गायिली जातात. भैरव थाटात हा राग

गायिला जातो. हा राग दुसऱ्या प्रहाराचा आहे.

'नट नारायण' हा राग नट, बिलावल व कल्याण यांच्या मिश्रणातून तयार होतो. माळी गौंड हा राग फारसा प्रसिद्ध नाही. हा राग थोडा गुंतागुंतीचा आहे. या रागाच्या श्रवणाने अंत:करणात आनंदाचे तरंग निर्माण होतात. गुरुवाणीतील केवळ चौदा पदे या रागात गायिली जातात. मध्यान्हापासून सायंकाळच्या वेळेपर्यंत हा राग गायिला जातो. मारू रागाच्या थाटात हा राग गायिला जातो.

'षड्विकार शांत करणारा राग' असे श्रीगुरू नानकदेवांनी 'मारू' रागाचे वर्णन केले आहे. हा दुपारचा राग आहे. 'तुखारी' हा फारसा प्रसिद्ध नसलेला दुपारचाच राग आहे.

शीख संगीतात केदार या रागाचे फार महत्त्व आहे. या रागाच्या श्रवणाने आजारी मनुष्यही बरा होतो, अशी धारणा आहे. गायनासाठी हा राग सोपा आहे. आकाशात चंद्र असताना हा राग गाणे शुभ मानले जाते. सूर्यास्तानंतर मध्यरात्रीपर्यंत हा राग गायिला जातो. भक्तिभाव वाढविणारा हा राग आहे.

'भैरव' हा सकाळचा राग आहे. सुखद आणि मधुर वातावरण तयार करणारा हा राग आहे. अंत:करण स्तब्ध करणारा आहे. परमेश्वराबद्दलचा प्रेमादर वा आदरयुक्त भीती वाढविणारा आहे. शीखगुरूंच्या नव्याण्णव रचनांशिवाय नामदेव, रविदास आणि कबीर यांच्याही काही रचना या रागात गायिल्या जातात.

वसंत रागात गायिलेल्या प्रार्थना वेगळाच आनंद देऊन जातात.

'सारंग' हा गायला सोपा व आनंददायी राग आहे. तृष्णा संपविणारा हा राग आहे, अशी पंजाबमध्ये धारणा आहे. हा दुपारी गावयाचा राग आहे.

'मल्हार' हा शब्द उच्चारताच मियाँ तानसेनांची आठवण येते. उन्हाने भाजून निघालेल्या पृथ्वीला पर्जन्यधारा जेव्हा न्हाऊ घालतात, तेव्हा आपल्यालाही आनंद होतो. संतप्त मन मल्हार रागाच्या श्रवणाने शांत होते. हा दुपारचा राग आहे.

'कानडा' हा गुंतागुंतीचा पण प्रसिद्ध राग आहे. मध्यरात्रीपूर्वी हा राग गायिला जातो. 'कल्याण' हा रात्रीच्या पहिल्या प्रहाराचा राग आहे. 'प्रभाती' राग ब्राह्ममुहूर्तावर गायला जातो. जयजयवंतीचा विचार आपण केला आहे. या एकतीस रागांत जवळपास संपूर्ण 'श्रीगुरू ग्रंथ साहिब' गायिले जाते. काही वार, श्लोक, गाथा व स्तुतिपर गीते (सवाईया) आणि मुंदावणी तसेच 'ज्पुजी साहिब' या रचना रागात गायिल्या जात नाहीत. श्रीगुरू अर्जुनदेवांना संगीताचे सखोल जाण होती. त्यांनी गुरुवाणीचे गायन (ज्याला पंजाबीत 'शबद् कीर्तन'न म्हटले जाते) करण्याची पद्धत सुरू केली.

***

* 9 7 8 9 3 5 1 1 7 1 3 7 9 *

FCW - #0157 - 061026 - C0 - 216/140/8 - PB - 9789351171379 - Gloss Lamination